U0037574

泰文字母 聽·說·寫 泰語子音表

笛藤出版

編號	音組	子音	例字	發音	中文	拼音
1	中音	ก	ไก่	[g/k]	雞	gai ˇ
2	高音	ข	ไข่	[k/k]	蛋	kai ˇ
3	高音	ฃ	ขวด	[k/k]	瓶子	kūat ˇ
4	低音	ค	ควาย	[k/k]	水牛	kwāi
5	低音	ฅ	คน	[k/k]	人	kon
6	低音	ฆ	ระฆัง	[k/k]	廟鐘	ra~kang
7	低音	ง	งู	[ng/ng]	蛇	ngū
8	中音	จ	จาน	[j/t]	盤子	jān
9	高音	ฉ	ฉิ่ง	[ch/-]	鈸	ching ˇ
10	低音	ช	ช้าง	[ch/t]	大象	chāng~
11	低音	ซ	โซ่	[s/-]	鐵鏈	sō ˋ
12	低音	ฌ	เฌอ	[ch/-]	樹木	chē
13	低音	ญ	หญิง	[y/n]	女性	ying ˊ
14	中音	ฎ	ชฎา	[dh/t]	尖頂舞帽	cha~dhā
15	中音	ฏ	ปฏัก	[d/t]	刺棍	ba ˇ dak ˇ
16	高音	ฐ	ฐาน	[t/t]	壇	tān ˊ
17	低音	ฑ	มณโฑ	[t/t]	曼陀女	mon tō
18	低音	ฒ	ผู้เฒ่า	[t/t]	老翁	pū ˋ tao ˋ
19	低音	ณ	เณร	[n/n]	沙彌	nēn
20	中音	ด	เด็ก	[dh/t]	兒童	dhek ˇ
21	中音	ต	เต่า	[d/t]	烏龜	dao ˇ
22	高音	ถ	ถุง	[t/t]	袋子	tung ˊ
23	低音	ท	ทหาร	[t/t]	軍人	ta~ hān ˊ
24	低音	ธ	ธง	[t/t]	旗子	tong
25	低音	น	หนู	[n/n]	老鼠	nū ˊ
26	中音	บ	ใบไม้	[bh/p]	樹葉	bhaimai~
27	中音	ป	ปลา	[b/p]	魚	blā
28	高音	ผ	ผึ้ง	[p/-]	蜜蜂	pœng ˋ
29	高音	ฝ	ฝา	[f/-]	蓋子	fā ˊ
30	低音	พ	พาน	[p/p]	高腳盤	pān
31	低音	ฟ	ฟัน	[f/p]	牙齒	fan
32	低音	ภ	สำเภา	[p/p]	三寶船	sam ˊ pao
33	低音	ม	ม้า	[m/m]	馬	mā~
34	低音	ย	ยักษ์	[y/i]	夜叉	yak~
35	低音	ร	เรือ	[r/n]	船	rœa
36	低音	ล	ลิง	[l/n]	猴子	ling
37	低音	ว	แหวน	[w/u]	戒指	wēn ˊ
38	高音	ศ	ศาลา	[s/t]	涼亭	sā ˊ lā
39	高音	ษ	ฤๅษี	[s/t]	隱士	rœsī ˊ
40	高音	ส	เสือ	[s/t]	老虎	sœa ˊ
41	高音	ห	หีบ	[h/-]	箱子	hīp ˇ
42	低音	ฬ	จุฬา	[l/n]	星形風箏	ju ˇ lā
43	中音	อ	อ่าง	[不發音]	盆子	āng ˇ
44	低音	ฮ	นกฮูก	[h/-]	貓頭鷹	nok~ hūk ˋ

子音共44個，分成3組：中音組9個、高音組11個、低音組24個。

每個泰語子音都有例字，是為了區分同音但寫法不同的字母，例字是全泰國統一的，不可更改。

除了子音本身以外，例字也要一起唸出來。

例：子音ก的完整唸法為，

ก.ไก่ [gɔ̄.gai ˇ]

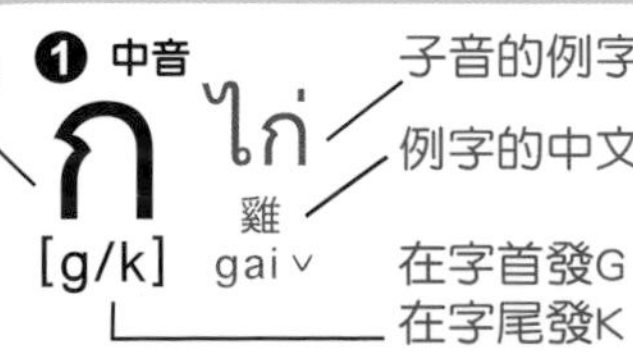

อักษรไทย
ฟัง·พูด·เขียน
[QR Code版]

把泰語老師帶回家

泰文字母 聽・說・寫

31堂課看懂泰文說泰語！

泰語老師 黃則揚・著

笛藤出版

推薦序

Erik老師講話的口音，舉止及個性都像極了泰國人，每次開新班都得再三解釋，他『真的』不是華僑也不是泰國人。很多同學都會好奇我是怎麼找到他的？目的達開始的前兩年，只有我教泰語會話，漸漸的部份同學有泰文拼音認字的需求，家教學生郭俊輝便介紹Erik給我認識。一起工作多年，Erik老師不但是個誠懇、謙虛、肯吃苦又負責任的老師，在專業上也一直勤勤懇懇、孜孜不倦提升泰國語文的知識。

本書跟市面上同類書籍最大的不同在於：是由經過多年實際教學的上課講義彙整增添而成，循序漸進，條理分明，不是常見的拼湊主題或翻譯英語會話句型而來，書中許多單字例句都來自目的達會話課的內容，精細活潑的插畫由插圖專業，同時也是愛泰族的目的達同學翁嘉羚繪製。慢工出細活，這部份用了最多的創意跟時間，在此要特別感謝嘉羚的奉獻。

目的達多年來在台灣，積極扮演泰國文化傳播的角色，不但常辦泰國政治文化社會等演講，也透過部落格跟Facebook分享泰國時尚、觀光資訊、泰劇明星動態，10多年來網路上源源不絕的好評，及同學們的口耳相傳與熱情參與成就了今日的目的達，十年鍊一劍，終於可以正式出版第一本泰語教材，在此也感謝大家。

同學上課時聽我介紹泰國常開玩笑說：『泰國觀光局應該頒獎給你，你都在幫泰國作廣告』，我常哈哈一笑，不作他想，只因待在泰國那幾年受到許多泰國人真心無私的幫助，現在做的也只是小小的報答而已。我們將堅持目的達最早的理念：學泰語及泰文，就要瞭解其社會背景、民族性、地理人文，以及經過數百年來傳承，深入泰國人靈魂的南傳上座部佛教文化，以開心愉悦的心情開口學習，日日探險、日日增長知識而不走台灣長期以來學外語的老路：背單字、看文章、準備考試，考個好成績後，到國外還是開不了口。希望透過教學實績，能讓大家早日改變觀念。感謝八方出版的王雅卿副總編輯促成此事，及目的達泰籍老師 พลอย (Ploy) 協助錄音，在此一併致謝！

目的達泰語教室　**鄭海倫**

2014.12.20

作者的話

許多同學、朋友都曾經問過我，為什麼要選擇學習泰語？答案很單純，其實就只是因為想多學一種語言而已。除了本身對語言的興趣之外，因為在機場工作的關係，有機會接觸各國旅客，這讓我發覺台灣與泰國之間的交流其實非常頻繁，且在台工作泰籍工作者曾達十數萬，但因為懂泰語的人少之又少，常造成無法溝通的現象，因此興起學習泰文的念頭。

昔日台灣學習泰文的環境以及可供參考的教材非常少，確實花了我不少腦筋，找書籍，認識泰文這麼特殊的拼音文字及字母，還有音調的辨別。其中以聲調的變化最為繁雜，令人難以記憶。泰文的聲調很重要，同樣的拼音發不同的聲調，意義是會不同的。例如中文的「先」與「鹹」是同音，但前者發一聲，後者發二聲，意義就完全不一樣。可惜的是這麼重要的問題，坊間卻無任何專門解釋泰文聲調的書籍，詢問泰國友人也發現，各單字的發音聲調泰國人也都只是死記，從小說到大自然就會。於是我透過歸類並儘量與泰國朋友溝通請教，漸漸地發現，泰文的聲調其實是有一套系統規則。

許多對泰文有興趣，卻總是在泰文字母的部份中箭落馬的人，我一直深感可惜。我認為一般泰文拼音教學法皆是以泰文為母語的人的立場思考，所以總令人難以理解。我這次以不同於坊間對於泰文字母及拼音的「泰式教學法」，整理出了一套「台式學習法」，以華人的思考方式出發，來說明泰文字母拼音。我相信，這是第一本會連帶說明泰文聲調變化方式的書籍。

本書最大的不同之處是，不使用一般坊間書籍按照泰文字母順序的學習方式。我們跳脫這個框架，不按照泰文的字母排列順序學習，而是以泰文字母的「中音」、「高音」、「低音」三類不同性質的子音為基礎，來學習其發音及聲調高低。再配合子音的名稱，以華人的思考脈絡出發，由淺入深地來學習泰文的拼音方式。至於子音的排列順序，我認為一開始並沒有必要，只要學習者將字母拼音學習理解後，自行記憶子音的順序即可，因為子音的順序其實與拼音法則與聲調變化法則並沒有關係。

泰文字母書寫、發音、拼音均有一定的難度。我認為只能靠慢慢學習，藉由反覆的練習來增強記憶，而不能急就章地只是拿著字母表死背。因此，我以自己多年的學習經驗所得到的心得，整理出這一套新的學習系統，並且自2007年開始在目的達泰語教室教學使用。這套教學系統在當時是一種創新，也承蒙許多學生們的肯定與不吝指教，進而確定這樣子的教學方式接受度比死背字母表要來得高。唯因工作忙碌及維護智慧財產權的顧慮下，直到多年後的今天才將它集合出版，希望有興趣想學習泰文字母拼音、書寫者，能夠更輕鬆地達到學習的成效。唯課程內容有順序性，建議讀者們按照順序學習，不要跳著閱讀。

這本書總共花了兩年多的時間集合、整理、出版，其中的過程艱辛曲折。除了內文之外，配色、表格樣式均十分斟酌，習字帖、圖片繪製及修改也花了很多時間，在細節上力求完美。配合課程順序出現的例字、例句也需要全盤重新思考自創，若尚有疏漏，尚懇請讀者們不吝來函指正。很高興我這些年來的思考與教學講義，今日終於以書本形式印行分享給對泰文有興趣的您們，希望您們也能從中受益，謝謝。

作者　黃則揚

2014/11/07

♪ **MP3請掃描QR Code或輸入下方連結下載收聽**

跟著老師一起學泰語！

https://bit.ly/speakThai

★請注意大小寫區分。

◆泰文老師　黃則揚

◆中文女聲　徐一巧

◆泰文女聲　อาทิตยา นันทิยะกุล Arthitaya Nanthiyakul

關於本書

輕鬆學泰語，看懂毛毛蟲！

本書從不懂泰文的角度出發，用淺白的話告訴你泰文字母是怎麼回事，搭配清晰的發音表，由淺入深、循序漸進學習。讓泰文不再只是一團毛毛蟲，而是輕鬆易懂的可愛字母。

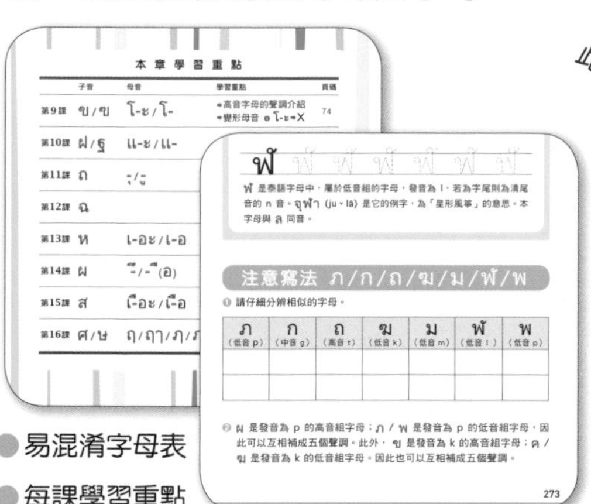

本章學習重點

	子音	母音	學習重點	頁碼
第9課	ข / ฃ	โ-ะ / โ-	＝高音字母的聲調介紹 ＝變形母音 ●โ-ะ＝X	74
第10課	ฝ / ฐ	แ-ะ / แ-		
第11課	ถ	:/ะ		
第12課	ฉ			
第13課	ห	เ-อะ / เ-อ		
第14課	ผ	ึ/-ื(อ)		
第15課	ส	เ-อะ / เ-อ		
第16課	ศ / ษ	ฤ / ฤๅ / ฦ / ฦ		

ฟ 是泰語字母中，屬於低音組的字母，發音為 f。若為字尾則為清尾音的 p 音。ฟุฟ้า (ju、la) 是它的例字，為「星形風筝」的意思。本字母與 ล 同音。

注意寫法 ภ/ก/ถ/ฆ/ม/ฟ/พ

❶ 請仔細分辨相似的字母。

ภ	ก	ถ	ฆ	ม	ฟ	พ
(低音 p)	(中音 g)	(高音 t)	(低音 k)	(低音 m)	(低音 f)	(低音 p)

❷ ผ 是發音為 p 的高音組字母；ภ / พ 是發音為 p 的低音組字母，因此可以互相補成五個聲調。此外，ข 是發音為 k 的高音組字母；ค / ฆ 是發音為 k 的低音組字母。因此也可以互相補成五個聲調。

273

易混淆字母表

每課學習重點

●子音次序編號
本篇子音共9個，此為第1個

●泰文例字

●音軌001

●音軌

第1課 中音字母及相關母音

中子音 1/9

發音 gɔ̄ 羅馬拼音 g

例字 ไก่ 雞 gai ˇ

ก 是泰語字母中，屬於中音組的字母，發音為 g，ไก่ (gai ˇ) 是它的例字，為「雞」的意思。

●母音次序編號
母音共32個，此為第1個

母音

羅馬拼音 短音 ai

位置 子音的左方 → ไ(子音)

例 ก + ไ- = ไก
g ai gai

母音 1/32

●練習字帖

●泰文頁碼

22
๒๒

A

這個時候這樣說

泰語實用句專欄，買東西、點菜、旅遊這樣說就ＯＫ！

B

章節總複習

每章後面都有學過內容的重點複習，一看難忘。

C

泰語拼音練習表

列出字母的每個發音組合，由老師一個音一個音帶著你唸過，讓你看到泰文就能唸。

D

例字配例句

選用已學過的泰文字母，舉例單字和例句，確保每個單字都會唸，徹底複習。

a 這樣說

第二章字母總結

b 高音子音表 全11個字母

子音	例字	中文	字首	尾音
ข (kɔ̌)	ไข่ (kai ˇ)	蛋	k	k
ฃ (kɔ̌)	ขวด (kuat ˇ)	瓶子	k	k
ฉ	ฉิ่ง (ching ˇ)	鈸	ch	

c 拼音練習 004

子音+母音			平聲	一聲	二聲	三聲	四聲
短音	ก (g)	ไ- (ai)	ไก gai	ไก่ gai ˇ	ไก้ gai ˋ	ไก๊ gai ˊ	ไก๋ gai ˇ
		-ะ (a)	×	กะ ga ˇ	×	×	×
		-า (ā)	กา gā	ก่า gā ˇ	ก้า gā ˋ	ก๊า gā ˊ	ก๋า gā ˇ

d 例字

泰文	拼音	中文
ไก่	gai ˇ	雞
กะ	ga ˇ	和；與
กา	gā	1. 烏鴉 2. 茶壺
➡ ไก่กะกา	gai ˇ ga ˇ gā	雞與烏鴉

《大開本全彩印刷》
一目了然，輕鬆學習。

《相似字提示》
選出寫法　似的泰文字，邊寫邊記，再次複習。

《泰文字帖》
泰文字愈寫愈上手，也有種像畫纏繞畫的療癒感喔！

《羅馬拼音＋注音》
羅馬拼音加注音聲調，對照泰語發音，直覺好記。

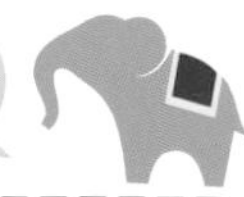

《泰語男女音發聲》
由本書作者和泰籍女老師，示範泰語男女生聲調的不同。

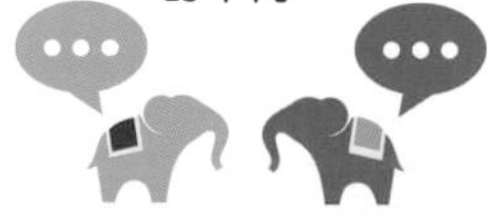

《附老師講解光碟》
本書光碟不只教你發音，而是像上課一般，有老師在教學提醒。讓你徹底了解，泰語發音到底是怎麼回事。

目次 สารบัญ

อักษรกลาง

1 中音字母

อักษรสูง

2 高音字母

3 低音字母

อุทยานประวัติศาสตร์พระนครศรีอยุธยา 大城歷史公園

TAXI

Hey taxi!

ต้มยำกุ้ง
酸辣蝦湯

ข้าวเหนียวมะม่วง
芒果糯米飯

วันลอยกระทง 水燈節

ขนมบัวลอย
三色湯圓

ส่วนผสม
配料

แกงเผ็ดเนื้อวัว

牛肉紅咖哩

อร่อยมากจริงๆ 真的很好吃！

泰語子音表

พยัญชนะ 000A

每個泰語子音都有例字，是為了區分同音但寫法不同的字母，例字是全泰國統一的，不可更改。

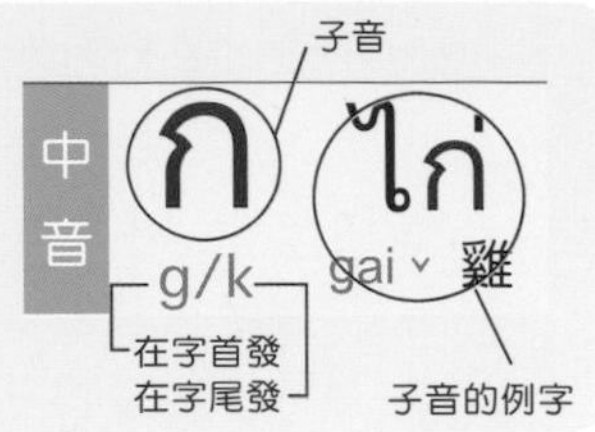

共44個子音，分成3組：中音組9個、高音組11個、低音組24個。

編號	組別	子音	發音	例字	例字發音／意思
1	中音	ก	g/k	ไก่	gai ˇ 雞
2	高音	ข	k/k	ไข่	kai ˇ 蛋
3	高音	ฃ	k/k	ขวด	kūat ˇ 瓶子「廢除，用ข取代」
4	低音	ค	k/k	ควาย	kwāi 水牛
5	低音	ฅ	k/k	คน	kon 人「廢除，用ค取代」
6	低音	ฆ	k/k	ระฆัง	ra~ kang 廟鐘
7	低音	ง	ng/ng	งู	ngū 蛇
8	中音	จ	j/t	จาน	jān 盤子
9	高音	ฉ	ch/–	ฉิ่ง	ching ˇ 鈸
10	低音	ช	ch/t	ช้าง	chāng~ 大象
11	低音	ซ	s/–	โซ่	sō ˋ 鐵鍊
12	低音	ฌ	ch/–	เฌอ	chə̄ 樹木
13	低音	ญ	y/n	หญิง	ying ˊ 女性
14	中音	ฎ	dh/t	ชฎา	cha~ dhā 尖頂舞帽
15	中音	ฏ	d/t	ปฏัก	ba ˇ dak ˇ 刺棍
16	高音	ฐ	t/t	ฐาน	tān ˊ 壇
17	低音	ฑ	t/t	มณโฑ	mon tō 曼陀女
18	低音	ฒ	t/t	ผู้เฒ่า	pū ˋ tao ˋ 老翁
19	低音	ณ	n/n	เณร	nēn 沙彌
20	中音	ด	dh/t	เด็ก	dhek ˇ 兒童

21	中音	ต	d/t	เต่า	dao ˇ 烏龜 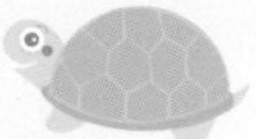
22	高音	ถ	t/t	ถุง	tung ˊ 袋子 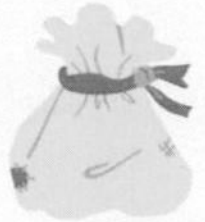
23	低音	ท	t/t	ทหาร	ta~ hān ˊ 軍人 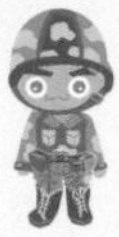
24	低音	ธ	t/t	ธง	tong 旗子 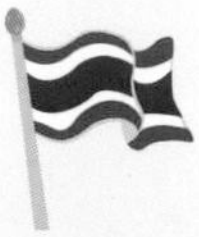
25	低音	น	n/n	หนู	nū ˊ 老鼠 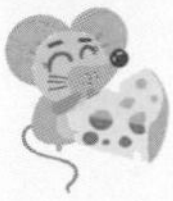
26	中音	บ	bh/p	ใบไม้	bhaimai~ 樹葉 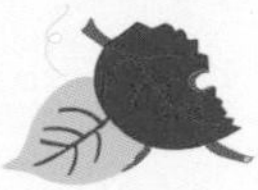
27	中音	ป	b/p	ปลา	blā 魚 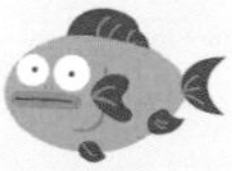
28	高音	ผ	p/–	ผึ้ง	pœng ˋ 蜜蜂 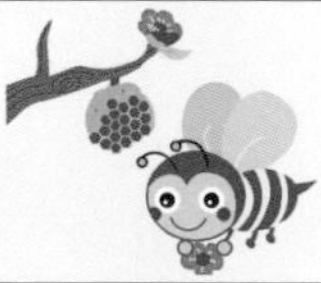
29	高音	ฝ	f/–	ฝา	fā ˊ 蓋子 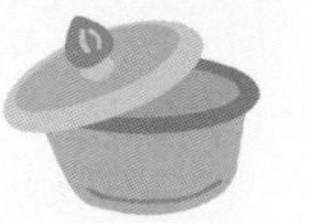
30	低音	พ	p/p	พาน	pān 高腳盤 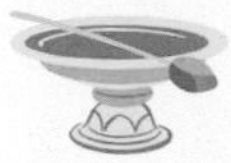
31	低音	ฟ	f/p	ฟัน	fan 牙齒 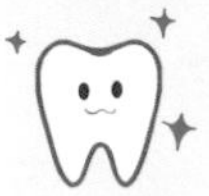
32	低音	ภ	p/p	สำเภา	sam ˊ pao 三寶船 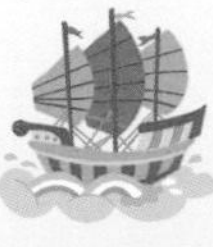
33	低音	ม	m/m	ม้า	mā~ 馬 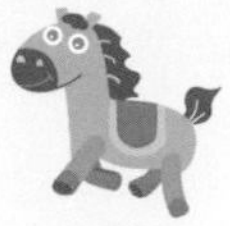
34	低音	ย	y/i	ยักษ์	yak~ 夜叉 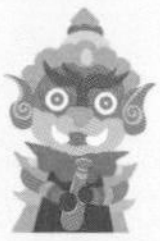
35	低音	ร	r/n	เรือ	rœa 船 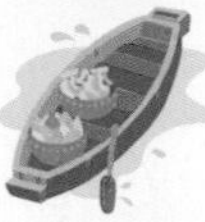
36	低音	ล	l/n	ลิง	ling 猴子 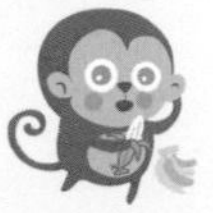
37	低音	ว	w/u	แหวน	wɛn ˊ 戒指 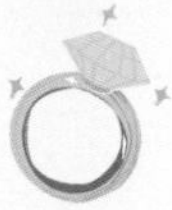
38	高音	ศ	s/t	ศาลา	sā ˊ lā 涼亭 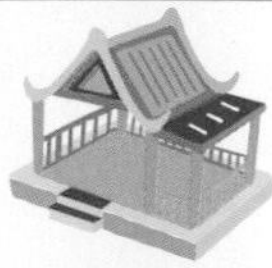
39	高音	ษ	s/t	ฤๅษี	rœsī ˊ 隱士 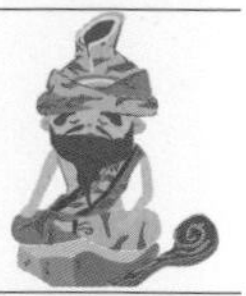
40	高音	ส	s/t	เสือ	sœa ˊ 老虎 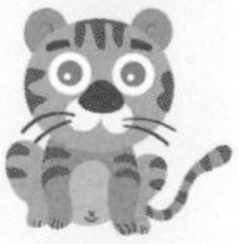
41	高音	ห	h/–	หีบ	hīp ˇ 箱子 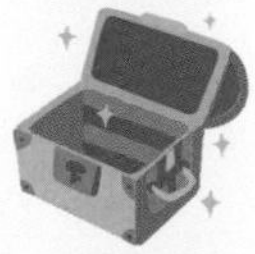
42	低音	ฬ	l/n	จุฬา	ju ˇ lā 星形風箏 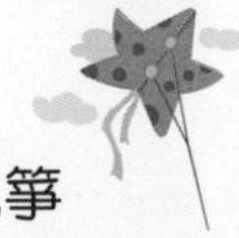
43	中音	อ	不發音	อ่าง	āng ˇ 盆子 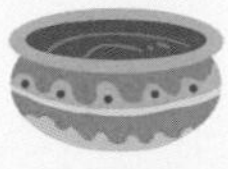
44	低音	ฮ	h/–	นกฮูก	nok~ hūk ˋ 貓頭鷹 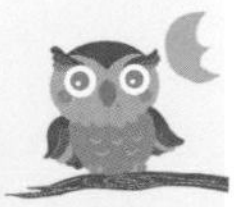

泰語母音表

สระ

000B

在泰文中，即便拼音或發音相同，但只要母音長、短音不同，意義便會不同。所以發音時，要特別注意母音的長短。而發音相同，但長、短不同的母音，一共有１２對，本書稱之為「配對母音」。

共32個母音，分為長音、短音：24個配對、4個不配對、4個不規則。

性質	母音	發音
配對 1	-ะ	a
	-า	ā
配對 2	-ิ	i
	-ี	ī
配對 3	-ึ	œ
	-ื	œ̄
配對 4	-ุ	u
	-ู	ū
配對 5	เ-ะ	e
	เ-	ē
配對 6	แ-ะ	ɛ
	แ-	ɛ̄
配對 7	เ-าะ	ɔ
	-อ	ɔ̄
配對 8	โ-ะ	o
	โ-	ō

性質	母音	發音
配對 9	เ-ียะ	ia
	เ-ีย	īa
配對 10	เ-ือะ	œa
	เ-ือ	œ̄a
配對 11	เ-อะ	ə
	เ-อ	ə̄
配對 12	-ัวะ	ua
	-ัว	ūa
短母音不配對	ไ-	ai
	ใ-	ai
	เ-า	ao
	-ำ	am
不規則發音	ฤ	rœ
	ฤๅ	rœ̄
	ฦ	lœ
	ฦๅ	lœ̄

關於泰文字

泰語字母是藍甘亨大帝於西元 1283 年所發明。由子音、母音、尾音及聲調符號所組成。**只要有子音＋母音，就可成為一個完整的發音，但缺一個就不能發音。子音代表B、D、F、G、K、T等等的音；母音代表A、E、I、O、U的音；聲調符號是提示音的高低起伏的符號，如中文注音符號的ˋ ˇ ˊ標記。**

現今在泰國使用的泰語，為東北方言、北部方言、中部方言及南部方言。其中東北方言與寮語相近，可相互溝通，寮國字母與泰語字母也相當近似。而泰國則以首都所使用的方言（即中部方言）作為全國通行的國語。

泰語字母由子音、母音、尾音及聲調符號所組成。

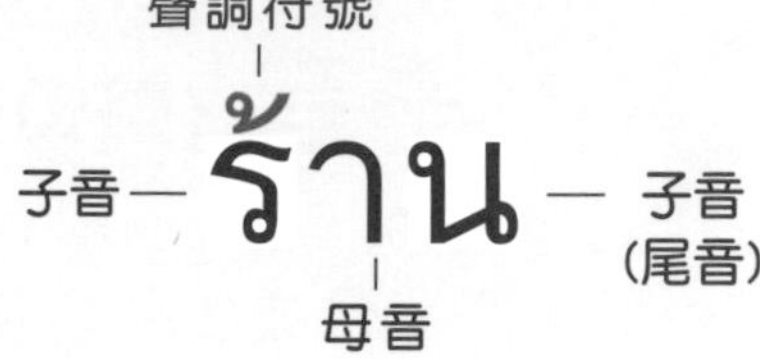

1 「聲調符號」วรรณยุกต์

泰文共 5 個聲調，只有 4 種符號，寫在字母上方偏右處。

符號寫法		่	้	๊	๋
泰文聲調	平聲	一聲	二聲	三聲	四聲

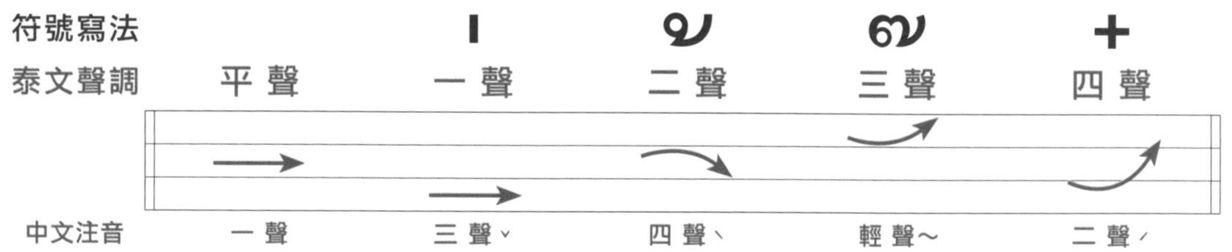

中文注音	一聲	三聲ˇ	四聲ˋ	輕聲～	二聲ˊ

發音相同，但聲調不同，意義就不同。

泰文跟中文一樣，都是有音調高低起伏的語言。相同的發音但不同聲調，會造成意義的改變。所以學習泰文，除了力求發音正確，也要求音調起伏的正確，以免造成彼此的誤解或無法溝通。

中文不同聲調意義不同	ㄨ有 4 種聲調（烏、無、五、霧） ㄅㄚ有 5 種聲調（八、拔、把、爸、吧）
泰文不同聲調意義不同	Kao有 4 種聲調 Kao / Kao ˇ / Kao ˋ / Kao ˊ Mai有 5 種聲調 Mai / Mai ˇ / Mai ˋ / Mai ~ / Mai ˊ

例 ไม้ใหม่ไม่ไหม้ไหม?
mai～ mai ˇ mai ˋ mai ˋ mai ˊ
新木頭不燒嗎?

跟「媽媽騎馬，馬慢，媽媽罵馬」、「獅子吃柿子不吃石子」有異曲同工的趣味。

2 「子音（聲母）」พยัญชนะ

共44個子音，分成3組：中音組9個、高音組11個、低音組24個。

- 泰語子音原有 44 個字母（42＋2），其中 2 個字母已經廢除，實際使用中的字母是 42 個，用來表示各種高低不同的發音。
- 子音分成 3 組：中音組 9 個、高音組 11 個及低音組 24 個。
- 不同組的字，會影響到聲調變化規則，請務必記住每個子音是屬於哪一組別，以發出正確的聲調。
- 少數子音在字首的發音，跟在字尾的發音，並不相同。

泰語的所有子音字母，都有一個例字。

泰語所有子音字母都有一個例字，類似英文的 A for Apple, B for Boy 。但是泰文字母的例字，是全泰國統一的，不可以隨便更改或自創。其功用是在於區分發音相同，但寫法不同的字母。

ก 這個字母不會單唸 ก，
會連著例字一起唸，唸成 ก ไก่（gɔ gai ˇ）

※字母的發音及例字要一起講，方便聽者知道講的是指哪一個字母。所以學習時，字母及例字都要一起記下來。

3 「母音 (韻母)」 สระ

共32個母音，分為長音、短音：24個配對、4個不配對、4個不規則。

- 泰語共有 32 個母音（24＋4＋4），有 24 個配對母音（可配成 12 組）、4 個不配對母音及 4 個不規則母音。
- 母音分為長音及短音。
- 母音寫在子音的上、下、左、右或四周。

4 「尾音」 ตัวสะกด

5 種清尾音 & 3 種濁尾音。

- 分為 5 種清尾音及 3 種濁尾音。
- 5 種清尾音：n, ng, m, i, u。
- 3 種濁尾音：p, t, k。
- 尾音在 8 種情況下會使母音產生變形（即：寫法改變）。
- 濁尾音會影響聲調變化。

5 「其他」

- 泰語沒有標點符號，所有的字均連在一起寫，斷句時只要空一格就好。但現今也有許多人會使用問號及驚嘆號。
- 沒有煩人的時態變化，沒有討厭的動詞變化。
- 形容詞放在名詞的後面。

CHAPTER 1

中音字母
อักษรกลาง

本 章 學 習 重 點

中子音 1/9

001

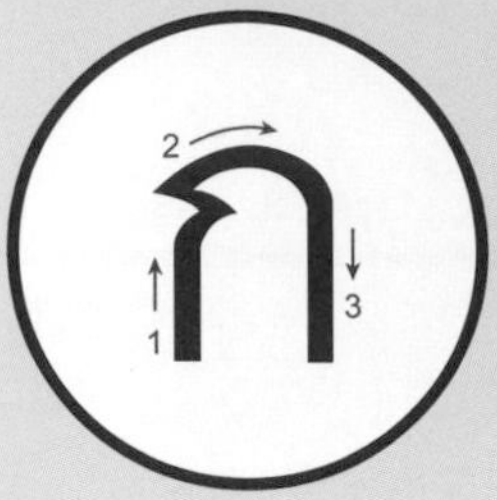

ก

發音 gɔ̄ 羅馬拼音 g

例字

ไก่ 雞

gai ˇ

ก ก

ก 是泰語字母中，屬於中音組的字母，發音為 g，ไก่（gai ˇ）是它的例字，為「雞」的意思。

母音

ไ-

羅馬拼音 短音 ai

母音 1/32

位置 子音的左方 → ไ 子音

例 ก + ไ- = ไก
g ai gai

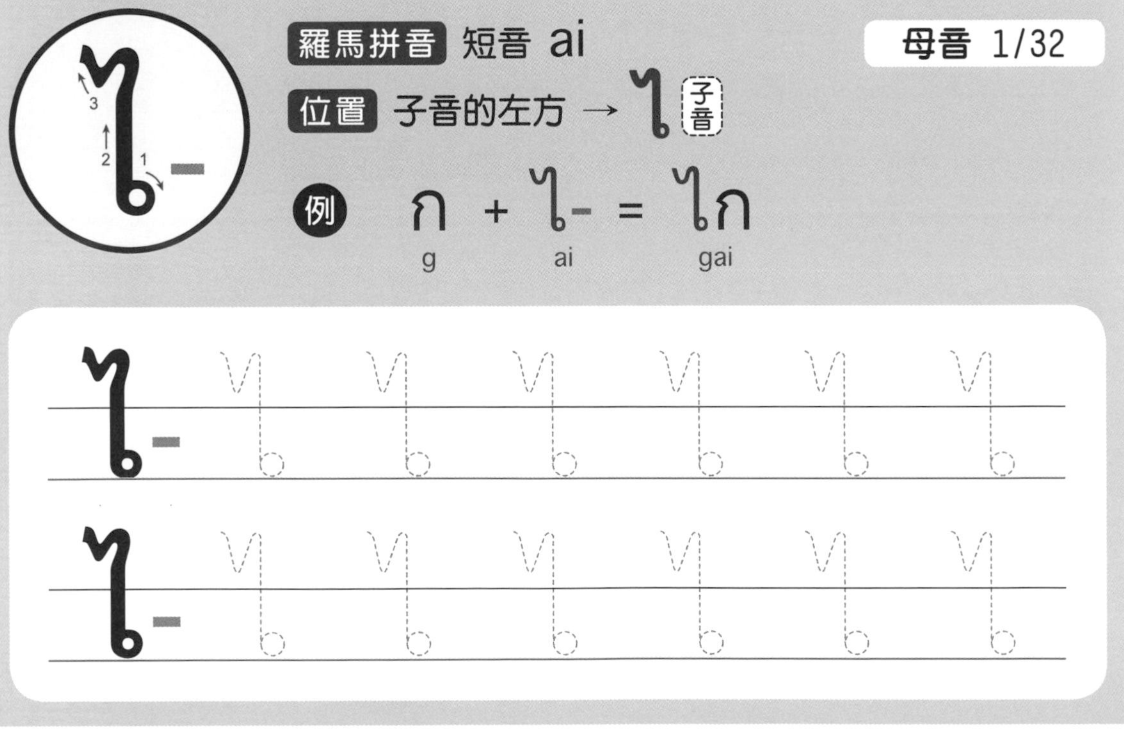

發音 短音 a

母音 2/32

位置 子音的右方 → 子音 ະ

例 ກ + -ະ = ກະ 短音

g a gaˇ

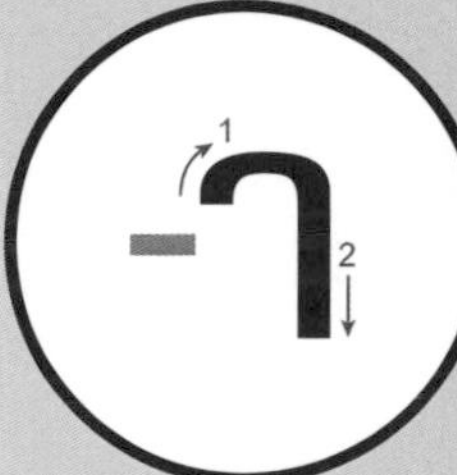

發音 長音 ā

母音 3/32

位置 子音的右方 → 子音 າ

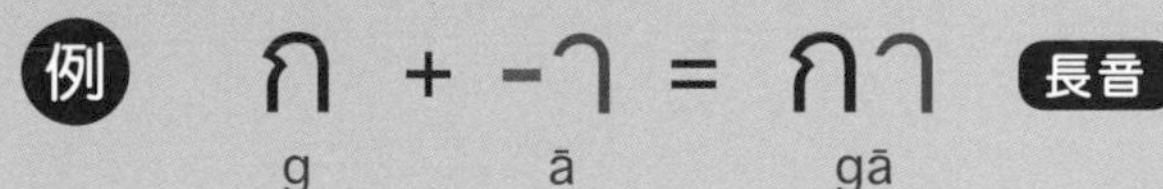

例 ກ + -າ = ກາ 長音

g ā gā

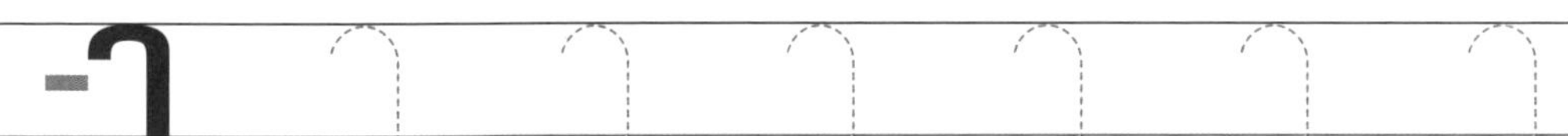

-ະ 和 -າ 兩個母音的發音都唸 a，只是發音長度的長短不同而已，且必須寫在子音的右邊。-ະ 是短音 a；-າ 是長音 ā。像這種兩個發音相同，但長、短音不同的母音，本書稱之為「配對母音」。

■ 非配對母音為 ai、ai、ao、am 四個短音母音。（其中母音 ai 有兩個）

中音字母的聲調介紹 002

Ⓐ 中音字母後接長音母音，或接 ai、ai、ao、am 四個短音母音，可以變化出 5 種聲調，聲調符號須寫在子音字母的上方偏右處。

泰文聲調	平 聲	一 聲	二 聲	三 聲	四 聲
中文聲調	一 聲	三聲【ˇ】	四聲【ˋ】	輕聲【~】	二聲【ˊ】
聲調符號	**不標示**	่	้	๊	๋

◎ ai、ai、ao、am 範例：

平聲： ก (g) + ไ (ai) + 無聲調符號 = ไก (gai)

一聲： ก (g) + ไ (ai) + ◌่ = ไก่ (gaiˇ)

二聲： ก (g) + ไ (ai) + ◌้ = ไก้ (gaiˋ)

三聲： ก (g) + ไ (ai) + ◌๊ = ไก๊ (gai~)

四聲： ก (g) + ไ (ai) + ◌๋ = ไก๋ (gaiˊ)

◎ 長音母音範例：

平聲： ก (g) + า (ā) + 無聲調符號 = กา (gā)

一聲： ก (g) + า (ā) + ◌่ = ก่า (gāˇ)

二聲： ก (g) + า (ā) + ◌้ = ก้า (gāˋ)

三聲： ก (g) + า (ā) + ◌๊ = ก๊า (gā~)

四聲： ก (g) + า (ā) + ◌๋ = ก๋า (gāˊ)

Ⓑ 中音字母搭配短音母音（ai、ai、ao、am 四個短音母音除外），無聲調符號者，一律為第一聲。（極少數會標注聲調符號，則直接依照聲調符號發音。）

泰文聲調	平 聲	一 聲	二 聲	三 聲	四 聲
中文聲調	一 聲	三聲【ˇ】	四聲【ˋ】	輕聲【～】	二聲【ˊ】
聲調符號	✕	不標示	๒	๓	+

◎ 短音母音範例：

一聲：　ก（g）＋ ะ（a）＝ กะ（gaˇ）

在泰文中，以上 B 的短音拼法的單字，絕大部份都是不標聲調符號的第一聲唸法，標第二、三、四聲調的組合極少（例如：ก้ะ／ก๊ะ／ก๋ะ）。建議讀者們，其實可以簡略記為：「短音均固定發第一聲，若極少數時候出現聲調符號，才依照聲調符號發音。」

各聲調符號的名稱 003

聲調符號	泰文聲調	聲調名稱
่	一 聲	名稱為 ไม้เอก (mai~ ēkˇ)
้	二 聲	名稱為 ไม้โท (mai~ tō)
๊	三 聲	名稱為 ไม้ตรี (mai~ drī)
๋	四 聲	名稱為 ไม้จัตวา (mai~ jatˇ daˇ wā)

練習寫寫看

่	่			
้	้			
๊	๊			
๋	๋			

拼音練習 004

子音＋母音			平聲	一聲	二聲	三聲	四聲
短音	ก (g)	ไ- (ai)	ไก gai	ไก่ gai ˇ	ไก้ gai ˋ	ไก๊ gai~	ไก๋ gai ˊ
		-ะ (a)	×	กะ ga ˇ	×	×	×
長音		-า (ā)	กา gā	ก่า gā ˇ	ก้า gā ˋ	ก๊า gā~	ก๋า gā ˊ

例字

泰文	拼音	中文
ไก่	gai ˇ	雞 名
กะ	ga ˇ	和；與 連
กา	gā	1. 烏鴉 2. 茶壺 名
➡ ไก่กะกา	gai ˇ ga ˇ gā	雞與烏鴉

中子音 2/9

005

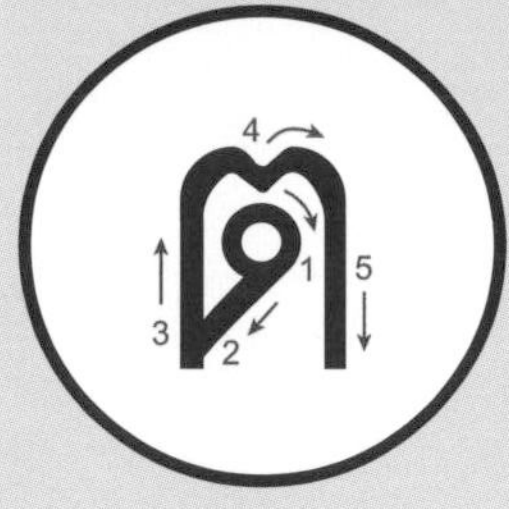

發音 dɔ̄ 羅馬拼音 d

例字

เต่า 烏龜
dao ˇ

ต 是泰語字母中，屬於中音組的字母，發音為 d，เต่า (dao ˇ) 是它的例字，為「烏龜」的意思。

母音

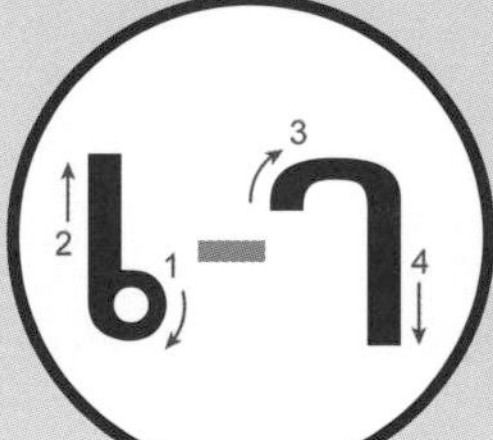

羅馬拼音 短音 ao

母音 4/32

位置 子音的兩邊 → เ 子音 า

例 ต + เ-า = เตา
d ao dao

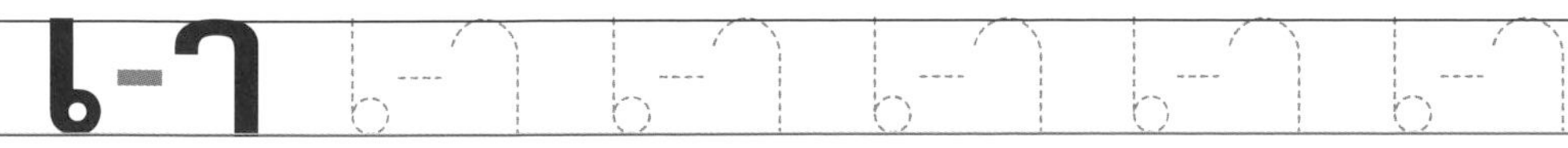

母音 เ-า 唸 ao，寫在子音的左右兩邊，為短音母音，也是「非配對母音」，發音時要以聲調符號為依據；若無標示聲調符號則為平音。

母音的配對說明，請參照 p.16

拼音練習 006

子音+母音			平聲	一聲	二聲	三聲	四聲
短音	ต (d)	-ะ (a)	×	ตะ da ˇ	×	×	×
		เ-า (ao)	เตา dao	เต่า dao ˇ	เต้า dao ˋ	เต๊า dao~	เต๋า dao ˊ
		ไ- (ai)	ไต dai	ไต่ dai ˇ	ไต้ dai ˋ	ไต๊ dai~	ไต๋ dai ˊ
	ก (g)	เ-า (ao)	เกา gao	เก่า gao ˇ	เก้า gao ˋ	เก๊า gao~	เก๋า gao ˊ
長音	ต (d)	-า (ā)	ตา dā	ต่า dā ˇ	ต้า dā ˋ	ต๊า dā~	ต๋า dā ˊ

聲調變化請參考 pp.24-25 說明

例字 007

泰文	拼音	中文
เต่า	dao ˇ	烏龜 名
➡ เต่ากะไก่	dao ˇ ga ˇ gai ˇ	烏龜跟雞
เตา	dao	爐子 名
เก่า	gao ˇ	舊的 形
➡ เตาเก่า	dao gao ˇ	舊爐子
เก้า	gao ˋ	九 (๙) 數

泰文	拼音	中文
ตา	dā	1. 眼睛 名 2. 外公（母親的爸爸）
➥ ตาไก่	dā gai ˇ	雞的眼睛
➥ ตาเต่า	dā dao ˇ	烏龜的眼睛
➥ ไก่ตา	gai ˇ dā	外公的雞

練習寫寫看

母音 / 子音	ไ-	เ-า	-ะ	-า
ก	ไก			
ต				

中子音 3/9

008

จ

發音 jɔ̄ 羅馬拼音 j

例字

จาน 盤子
jān

จ จ

จ 是泰語字母中，屬於中音組的字母，發音為 j，จาน (jān) 是它的例字，為「盤子」的意思。

母音

羅馬拼音 短音 i 母音 5/32

位置 子音的上方 → ิ 子音

例 ต + ิ = ติ
d i di ˇ

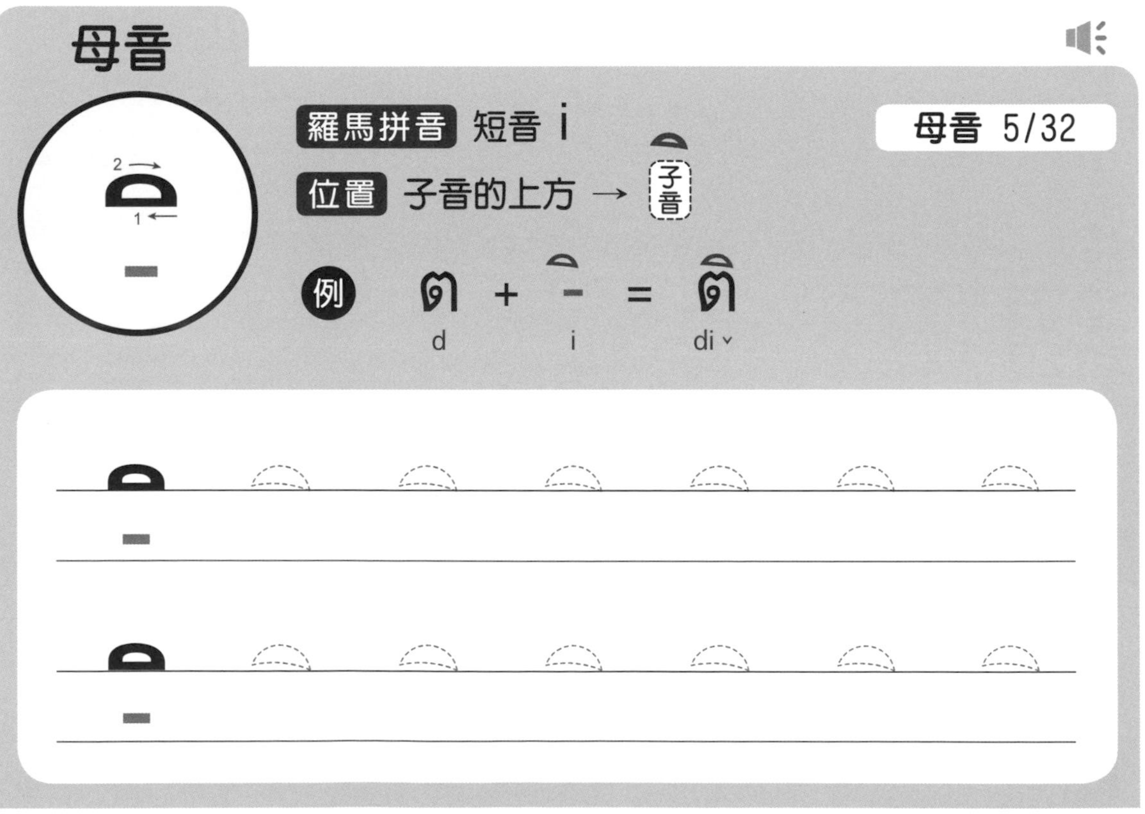

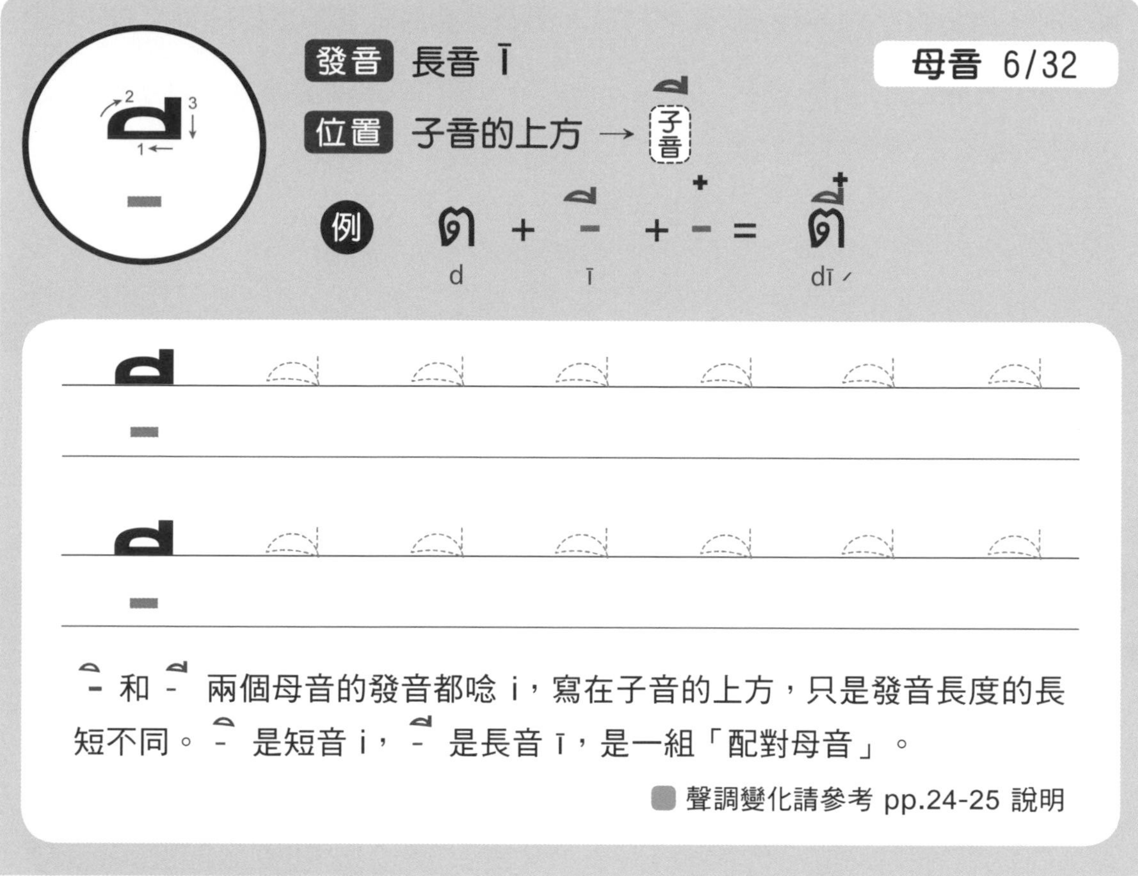

ิ 和 ี 兩個母音的發音都唸 i，寫在子音的上方，只是發音長度的長短不同。ิ 是短音 i，ี 是長音 ī，是一組「配對母音」。

聲調變化請參考 pp.24-25 說明

清尾音 ❶ น

尾音是指一個單字中，拼音最末尾的音。共分為 5 種清尾音及 3 種濁尾音。本課 จ 的例字 จาน「盤子」的尾音 น 就是清尾音，發音為羅馬拼音的 n。

◎ 範例：

ก (g) + ◌ี (ī) + น (n) = กีน (gīn)

ต (d) + ◌ี (ī) + น (n) = ตีน (dīn)

จ (j) + ◌ี (ī) + น (n) = จีน (jīn)

ก (g) + า (ā) + น (n) = กาน (gān)

ต (d) + า (ā) + น (n) = ตาน (dān)

จ (j) + า (ā) + น (n) = จาน (jān)

尾音也是由泰文 44 個字母來拼寫，而不是有另一套特定的尾音字母。

清尾音是指以下 5 個音：(i、u、m、n、ng)，因為全部為低音字母，故將在低音字母各課程再詳細介紹。

有關於字母 น 的解說，請參閱第 23 及第 24 課。

變形母音 ❶ -ะ ➡ -ั 010

泰文中有 8 個母音，會因為後面接了尾音而改變寫法。

在已學過的母音之中，-ะ 是第一個會因為後面接尾音，產生變形的母音。

❶ -ะ 之後若出現有尾音，將改寫成 -ั，位置在上方，兩字母的中間。

◎ 範例：

ก (g) + ะ (a) + น (n) = กัน (gan)

ต (d) + ะ (a) + น (n) = ตัน (dan)

จ (j) + ะ (a) + น (n) = จัน (jan)

由上例可知：ะ (a) + น (n) 寫法應為 -ัน 唸 an，
而其長音即為 า (ā) + น (n) 寫法應為 -าน 唸 ān。

❷ 還可再加上聲調符號，寫在 -ั 的上方：

◎ 範例：

ก (g) + ะ (a) + น (n) + ้ = กั้น (gan、)

ต (d) + ะ (a) + น (n) + ้ = ตั้น (dan、)

จ (j) + ะ (a) + น (n) + ่ = จั่น (jan ˇ)

ต (d) + ิ (i) + น (n) + ้ = ติ้น (din、)

清尾音對聲調的影響：由以上❶❷點可知，凡是帶清尾音的字，都照聲調符號發音，若無聲調符號，則為平音。前文 p.24 曾介紹過：中音字母搭配「配對母音」的短音母音，且不寫聲調符號的話，一律為第一聲。但若出現清尾音的話，則不受長短母音限制，直接照聲調符號發音，只要在發音時，注意母音的長、短音即可。

-ั 的名稱為 ไม้หันอากาศ (mai~ han ˊ āgāt ˇ)。

拼音練習

011

❶ 基本拼音：子音＋母音

子音＼母音	-ะ (a)	-า (ā)	เ-า (ao)	ไ- (ai)	-ิ (i)	-ี (ī)
ก (g)	กะ	กา	เกา	ไก	กิ	กี
	ga ˇ	gā	gao	gai	gi ˇ	gī
จ (j)	จะ	จา	เจา	ไจ	จิ	จี
	ja ˇ	jā	jao	jai	ji ˇ	jī
ต (d)	ตะ	ตา	เตา	ไต	ติ	ตี
	da ˇ	dā	dao	dai	di ˇ	dī

❷ 基本拼音＋聲調

子音＋母音			平　聲	一　聲	二　聲	三　聲	四　聲
短音	จ (j)	ไ- (ai)	ไจ	ไจ่	ไจ้	ไจ๊	ไจ๋
			jai	jai ˇ	jai ˋ	jai~	jai ˊ
		เ-า (ao)	เจา	เจ่า	เจ้า	เจ๊า	เจ๋า
			jao	jao ˇ	jao ˋ	jao~	jao ˊ
		-ะ / -ิ (a / i)	×	จะ / จิ	×	×	×
				ja ˇ / ji ˇ			

子音+母音			平 聲	一 聲	二 聲	三 聲	四 聲
長音	จ (j)	-า (ā)	จา	จ่า	จ้า	จ๊า	จ๋า
			jā	jā ˇ	jā ˋ	jā~	jā ˊ
		-ี (ī)	จี	จี่	จี้	จี๊	จี๋
			jī	jī ˇ	jī ˋ	jī~	jī ˊ
	ต (d)		ตี	ตี่	ตี้	ตี๊	ตี๋
			dī	dī ˇ	dī ˋ	dī~	dī ˊ
	ก (g)		กี	กี่	กี้	กี๊	กี๋
			gī	gī ˇ	gī ˋ	gī~	gī ˊ

❸ 基本拼音+清尾音 -น+聲調

子音+母音		平 聲	一 聲	二 聲	三 聲	四 聲
短音	จะ (ja ˇ)	จัน	จั่น	จั้น	จั๊น	จั๋น
		jan	jan ˇ	jan ˋ	jan~	jan ˊ
	กิ (gi ˇ)	กิน	กิ่น	กิ้น	กิ๊น	กิ๋น
		gin	gin ˇ	gin ˋ	gin~	gin ˊ
長音	จา (jā)	จาน	จ่าน	จ้าน	จ๊าน	จ๋าน
		jān	jān ˇ	jān ˋ	jān~	jān ˊ
	ตี (dī)	ตีน	ตี่น	ตี้น	ตี๊น	ตี๋น
		dīn	dīn ˇ	dīn ˋ	dīn~	dīn ˊ

 凡是帶清尾音的字，都照聲調符號發音，若無聲調符號即為平音。

例字

🔈012

泰文	拼音	中文
กิน	gin	吃 動
➥ กินไก่	gin gai ˇ	吃雞
กี่	gī ˇ	幾… 連
จาน	jān	盤子 名
จีน	jīn	中國 名
ตีน	dīn	腳 名
➥ ตีนไก่	dīn gai ˇ	雞腳
จะ	ja ˇ	將、要 介
➥ จะกิน	ja ˇ gin	將要吃
➥ จะกินไก่	ja ˇ gin gai ˇ	將要吃雞
➥ จะกินตีนไก่	ja ˇ gin dīn gai ˇ	將要吃雞腳
ติ	di ˇ	責罵、責怪 動
ตี	dī	打 動
➥ ไก่ตีเต่า	gai ˇ dī dao ˇ	雞打烏龜
กัน	gan	互相 副
➥ ตีกัน	dī gan	打架

中子音 4/9

013

ป

發音 bɔ̄ 羅馬拼音 b

例字

ปลา 魚

blā

ป 是泰語字母中，屬於中音組的字母，發音為 b，ปลา (blā) 是它的例字，為「魚」的意思。（ล是低音字母，於第 21 課詳述。）

母音

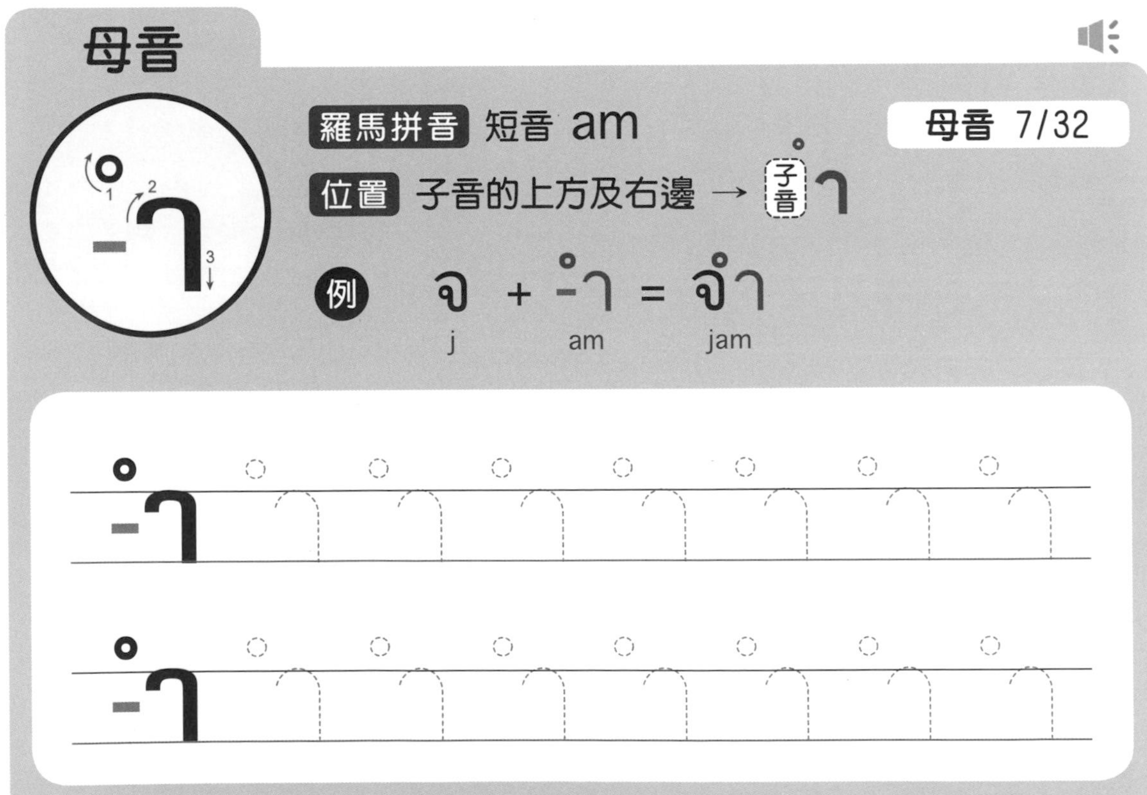

母音 -ำ 的發音為短音 am，像中文的「啊嗯」的發音。先唸「啊」，然後閉嘴巴發「嗯」的音。為「非配對母音」，所以此母音出現時，照聲調符號唸即可。寫法方面，-ำ 是在字母的上方先寫一個小圈 ˚，然後在右邊寫 า。若再有聲調符號，就寫圓圈的上方。

拼音練習

014

❶ 基本拼音＋聲調

子音＋母音			平 聲	一 聲	二 聲	三 聲	四 聲
短音	ป (b)	-ำ (am)	ปำ	ป่ำ	ป้ำ	ป๊ำ	ป๋ำ
			bam	bam ˇ	bam ˋ	bam~	bam ˊ
		ไ- (ai)	ไป	ไป่	ไป้	ไป๊	ไป๋
			bai	bai ˇ	bai ˋ	bai~	bai ˊ
		เ-า (ao)	เปา	เป่า	เป้า	เป๊า	เป๋า
			bao	bao ˇ	bao ˋ	bao~	bao ˊ
		-ะ / -ิ (a / i)	×	ปะ / ปิ	×	×	×
				ba ˇ /bi ˇ			
長音		-า (ā)	ปา	ป่า	ป้า	ป๊า	ป๋า
			bā	bā ˇ	bā ˋ	bā~	bā ˊ
		-ี (ī)	ปี	ปี่	ปี้	ปี๊	ปี๋
			bī	bī ˇ	bī ˋ	bī~	bī ˊ

❷ 基本拼音＋聲調

子音＋母音		平 聲	一 聲	二 聲	三 聲	四 聲
ก (g)	ำ (am)	กำ	ก่ำ	ก้ำ	ก๊ำ	ก๋ำ
		gam	gam ˇ	gam ˋ	gam~	gam ˊ
จ (j)		จำ	จ่ำ	จ้ำ	จ๊ำ	จ๋ำ
		jam	jam ˇ	jam ˋ	jam~	jam ˊ
ต (d)		ตำ	ต่ำ	ต้ำ	ต๊ำ	ต๋ำ
		dam	dam ˇ	dam ˋ	dam~	dam ˊ
ป (b)		ปำ	ป่ำ	ป้ำ	ป๊ำ	ป๋ำ
		bam	bam ˇ	bam ˋ	bam~	bam ˊ

❸ 基本拼音＋清尾音 -น＋聲調

子音＋母音		平 聲	一 聲	二 聲	三 聲	四 聲
短音	ปะ (ba ˇ)	ปัน	ปั่น	ปั้น	ปั๊น	ปั๋น
		ban	ban ˇ	ban ˋ	ban~	ban ˊ
	ปิ (bi ˇ)	ปิน	ปิ่น	ปิ้น	ปิ๊น	ปิ๋น
		bin	bin ˇ	bin ˋ	bin~	bin ˊ
長音	ปา (bā)	ปาน	ป่าน	ป้าน	ป๊าน	ป๋าน
		bān	bān ˇ	bān ˋ	bān~	bān ˊ
	ปี (bī)	ปีน	ปี่น	ปี้น	ปี๊น	ปี๋น
		bīn	bīn ˇ	bīn ˋ	bīn~	bīn ˊ

例 字

🔊015

泰文	拼音	中文
ปลา	blā	魚 名
ป้า	bā ˋ	姑姑、阿姨 名 （父親或母親的姐姐）
ไป	bai	去 動
➡ ป้าไปกินปลา	bā ˋ bai gin blā	姑姑去吃魚
ปี	bī	年 名
➡ กี่ปี	gī ˇ bī	幾年
เป๋า	bao ˊ	口袋 名
ต่ำ	dam ˇ	低的 形
จำ	jam	記憶 動

練習寫寫看

母音 / 子音	-ะ	-า	-ิ	-ี	ไ-	เ-า	-ำ
ก		กา					
จ			จิ				
ต				ตี			
ป					ไป		

中子音 5/9　母音 8/32

016

發音 ɔ̄　羅馬拼音

例字　❶ 子音：不發音
　　　❷ 母音：長音ɔ̄

อ่าง 盆
āng ˇ

อ　อ　อ　อ　อ　อ　อ

อ　อ　อ　อ　อ　อ　อ

อ 是泰語字母中，屬於中音組的字母，當子音時不必發音；อ่าง (āng ˇ) 是它的例字，為「盆」的意思。

อ 當母音時，發音為長母音ɔ̄，寫在子音右邊。

母音

羅馬拼音 短音 ɔ　母音 9/32

位置 子音的兩邊 → เ 子音 าะ

例 ก + เ-าะ = เกาะ
g　ɔ　gɔ ˇ

เ-าะ　เ-าะ　เ-าะ　เ-าะ

เ-าะ　เ-าะ　เ-าะ　เ-าะ

母音 เ-าะ 和 -อ 是一組配對母音。เ-าะ 發短音 ɔ，寫在子音的左右兩邊；-อ 發長音 ɔ̄，寫在子音的右邊。

關於《อ》 017

這個字母在泰文中，是個很特殊的字母，因為它同時兼具子音及母音兩種性質。若與母音搭配，อ 就作子音。此時 อ 不需要發音，只要唸另一個母音即可。因為所有的泰語拼音，都必須是「子音＋母音」的形式，如果沒有子音的話，必須以不發音的 อ 代替子音的位置。

◎ อ 代替子音範例：

อ (--) + า (ā) = อา (ā)

อ (--) + ไ (ai) = ไอ (ai)

อ (--) + ะ (a) + น (n) = อัน (an)

อ (--) + ◌ิ (i) + น (n) = อิน (in)

อ (--) + า (ā) + น (n) + ◌่ = อ่าน (ān ˇ)

若與子音搭配，อ 就作母音。此時 อ 發 ɔ 音，如同英文中 law 的音。

◎ อ 當母音範例：

จ (j) + อ (ɔ̄) = จอ (jɔ̄)

ต (d) + อ (ɔ̄) + ◌่ = ต่อ (dɔ̄ ˇ)

ก (g) + อ (ɔ̄) + ◌้ = ก้อ (gɔ̄ ˋ)

ป (b) + อ (ɔ̄) = ปอ (bɔ̄)

清尾音 ❷ ง

ง 的尾音發音為 ng，屬於清尾音。如 อ 的例字 อ่าง「盆」。

◎ 範例：

ต (d) + อ (ɔ̄) + ง (ng) + ◌้ = ต้อง (dɔ̄ng ˋ)

อ (--) + า (ā) + ง (ng) + ◌่ = อ่าง (āng ˇ)

จ (j) + ะ (a) + ง (ng) = จัง (jang)

ป (b) + ◌ิ (i) + ง (ng) + ◌้ = ปิ้ง (bing丶)

由上例可知：ะ (a) + ง (ng) 寫法應為 -ัง 唸 ang，

而其長音即為 า (ā) + ง (ng) 寫法應為 -าง 唸 āng。

清尾音是指以下 5 個音：i、u、m、n、ng，以清尾音結尾的字，均按聲調符號發音。

有關於字母 ง 的解說，請參閱第 20 課。

拼音練習 018

❶ 基本拼音＋聲調

子音＋母音			平聲	一聲	二聲	三聲	四聲
短音	อ (--)	ไ- (ai)	ไอ ai	ไอ่ ai ˇ	ไอ้ ai丶	ไอ๊ ai~	ไอ๋ ai ˊ
		เ-า (ao)	เอา ao	เอ่า ao ˇ	เอ้า ao丶	เอ๊า ao~	เอ๋า ao ˊ
		-ำ (am)	อำ am	อ่ำ am ˇ	อ้ำ am丶	อ๊ำ am~	อ๋ำ am ˊ
		-ะ (a) -ิ (i) เ-าะ (ɔ)	×	อะ (a ˇ) อิ (i ˇ) เอาะ (ɔ ˇ)	×	×	×

子音+母音			平 聲	一 聲	二 聲	三 聲	四 聲
短音	ก / จ / ป (g / j / b)	เ-าะ (ɔ)	×	เกาะ (gɔ ˇ)	×	×	×
				เจาะ (jɔ ˇ)			
				เปาะ (bɔ ˇ)			
長音	อ (--)	-า (ā)	อา	อ่า	อ้า	อ๊า	อ๋า
			ā	ā ˇ	ā ˋ	ā~	ā ˊ
		-ี (ī)	อี	อี่	อี้	อี๊	อี๋
			ī	ī ˇ	ī ˋ	ī~	ī ˊ
		-อ (ɔ̄)	ออ	อ่อ	อ้อ	อ๊อ	อ๋อ
			ɔ̄	ɔ̄ ˇ	ɔ̄ ˋ	ɔ̄~	ɔ̄ ˊ
	จ (j)		จอ	จ่อ	จ้อ	จ๊อ	จ๋อ
			jɔ̄	jɔ̄ ˇ	jɔ̄ ˋ	jɔ̄~	jɔ̄ ˊ
	ก (g)		กอ	ก่อ	ก้อ	ก๊อ	ก๋อ
			gɔ̄	gɔ̄ ˇ	gɔ̄ ˋ	gɔ̄~	gɔ̄ ˊ
	ต (d)		ตอ	ต่อ	ต้อ	ต๊อ	ต๋อ
			dɔ̄	dɔ̄ ˇ	dɔ̄ ˋ	dɔ̄~	dɔ̄ ˊ
	ป (b)		ปอ	ป่อ	ป้อ	ป๊อ	ป๋อ
			bɔ̄	bɔ̄ ˇ	bɔ̄ ˋ	bɔ̄~	bɔ̄ ˊ

❷ 基本拼音＋清尾音 ง

ง (ng)	ก (g)	จ (j)	ต (d)	ป (b)	อ (--)
-ัง (ang)	กัง	จัง	ตัง	ปัง	อัง
	gang	jang	dang	bang	ang
-าง (āng)	กาง	จาง	ตาง	ปาง	อาง
	gāng	jāng	dāng	bāng	āng
-ิง (ing)	กิง	จิง	ติง	ปิง	อิง
	ging	jing	ding	bing	ing
-ีง (īng)	กีง	จีง	ตีง	ปีง	อีง
	gīng	jīng	dīng	bīng	īng
-อง (ɔ̄ng)	กอง	จอง	ตอง	ปอง	ออง
	gɔ̄ng	jɔ̄ng	dɔ̄ng	bɔ̄ng	ɔ̄ng

 再一次提醒，前幾課出現的聲調要點：請以「是否有尾音」做優先判斷。

1. 凡是有清尾音的字，均按照聲調符號唸。（第 3 課）
2. 在沒有尾音的情況下：
   (a) 後接長母音，或是 ai、ai、ao、am 四個短母音的字，均按照聲調符號唸。無聲調符號者為平聲。（第 1 課）
   (b) 後接短母音，但 ai、ai、ao、am 四個短母音的字除外，無聲調符號者，均固定唸第一聲。極少數有標注聲調符號者，則按照所標注的聲調符號發音。（第 1 課）

例字 019

泰文	拼音	中文
อ่าง	āng ˇ	缸、盆子 名
อ่าน	ān ˇ	唸 動
➥ ป้าอ่าน	bā ˋ ān ˇ	姑姑唸
อัน	an	個 量
➥ กี่อัน	gī ˇ an	幾個？
จ้าง	jāng ˋ	僱用 動
จัง	jang	非常 副
เกาะ	gɔ ˇ	島 名
ไก่ปิ้ง	gai ˇ bing ˋ	烤雞肉串 名
➥ จะกินไก่ปิ้ง	ja ˇ gin gai ˇ bing ˋ	要吃烤雞肉串
อา	ā	叔叔，姑姑 名 （父親的弟弟或妹妹）
เอา	ao	要 動
➥ เอากี่อัน	ao gī ˇ an	要幾個？
ต่อไป	dɔ̄ ˇ bai	1. 繼續（下去） 副 2. 下一個 形
➥ กินต่อ(ไป)	gin dɔ̄ ˇ (bai)	繼續吃
➥ อ่านต่อ(ไป)	ān ˇ dɔ̄ ˇ (bai)	繼續唸
เก้าอี้	gao ˋ ī ˋ	椅子 名

泰文	拼音	中文
➡ เก้าอี้เก่า	gao、ī、gao ˇ	舊椅子
ต้อง	dɔ̄ng、	必須 副
➡ อาต้องไป	ā dɔ̄ng、bai	叔叔必須去
➡ ต้องกินไก่	dɔ̄ng、gin gai ˇ	必須吃雞
ก่อน	gɔ̄n ˇ	1. 先 副 2. （某段時間）…之前 副
➡ ป้าไปก่อน	bā、bai gɔ̄n ˇ	姑姑先走
➡ กี่ปีก่อน	gī ˇ bī gɔ̄n ˇ	幾年前
➡ เก้าปีก่อน	gao、bī gɔ̄n ˇ	九年前

練習寫寫看

อ่าน	อ่าน				
อ่าง	อ่าง				
ก่อน	ก่อน				
ต้อง	ต้อง				
จาน	จาน				
จัง	จัง				
ต่อไป	ต่อไป				

เอา	เอา				
จ้าง	จ้าง				
เก้าอี้	เก้าอี้				
อัน	อัน				
เกาะ	เกาะ				

中子音 6/9

020

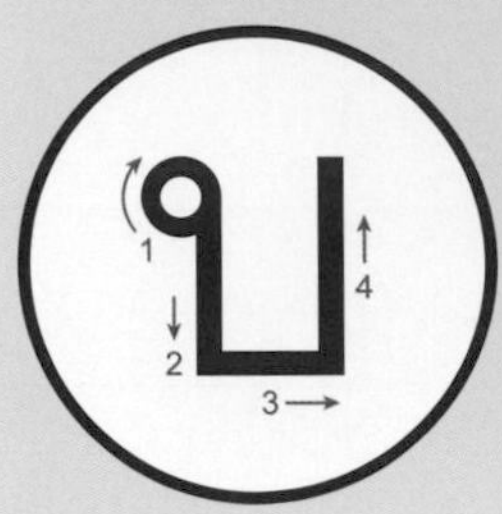

發音 bhɔ̄ 羅馬拼音 bh

例字

ใบไม้ 樹葉

bhai mai~

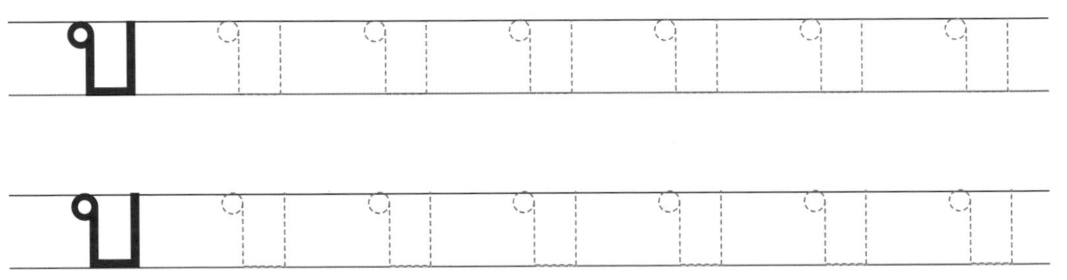

บ 是泰語字母中，屬於中音組的字母，發音是較為輕軟的 b 音，本書把此音的羅馬拼音以 bh 表示，以與 ป (b)區別。ใบไม้ (bhai mai~) 是它的例字，為「樹葉」的意思。

- ป (b) 的發音較重；บ (bh) 的發音較輕。舉例來說：
  ปัง (bang) 是國語「邦」的音；บัง (bhang) 是閩南語「夢」的發音。
- ม 為低音字母，發音為 m。ไม้ 發音為泰文第三聲 (mai~)，為低音字母的發音方法。本課暫不介紹，請詳見第 17 課。

注意寫法 บ/ป/ม

บ（中音 bh）				
ป（中音 b）				
ม（低音 m）				

母音

發音 短音母音 ai

位置 子音的左邊 → ใ 子音

母音 10/32

例 จ + ใ- = ใจ
j ai jai

ใ-

ใ-

母音 ใ- 的發音唸 ai，寫在子音的左邊，與第 1 課介紹的 ไ- 相同。為了區分這兩個同音的母音，ไ- 的名稱為 ไม้มลาย (mai~ ma~ lāi)；ใ- 的名稱為 ไม้ม้วน (mai~ mūan~)。在泰文中使用 ใ- 只有20個字，但均為日常生活中常用的字。請各位讀者在學習時，應特別記憶，哪些字是使用 ใ- 的。■ 20個使用母音 ใ- 的字p.291

注意寫法 ใ/ไ

ใ（母音 ai）				
ไ（母音 ai）				

拼音練習

021

❶ 基本拼音+聲調

子音+母音			平聲	一聲	二聲	三聲	四聲
短音	บ (bh)	ใ- (ai)	ใบ bhai	ใบ่ bhai ˇ	ใบ้ bhai ˋ	ใบ๊ bhai~	ใบ๋ bhai ˊ
		เ-า (ao)	เบา bhao	เบ่า bhao ˇ	เบ้า bhao ˋ	เบ๊า bhao~	เบ๋า bhao ˊ
		-ำ (am)	บำ bham	บ่ำ bham ˇ	บ้ำ bham ˋ	บ๊ำ bham~	บ๋ำ bham ˊ
		-ะ (a) -ิ (i) เ-าะ (ɔ)	×	บะ (bha ˇ) บิ (bhi ˇ) เบาะ (bhɔ ˇ)	×	×	×
長音		-า (ā)	บา bhā	บ่า bhā ˇ	บ้า bhā ˋ	บ๊า bhā~	บ๋า bhā ˊ
		-ี (ī)	บี bhī	บี่ bhī ˇ	บี้ bhī ˋ	บี๊ bhī ~	บี๋ bhī ˊ
		-อ (ɔ̄)	บอ bhɔ̄	บ่อ bhɔ̄ ˇ	บ้อ bhɔ̄ ˋ	บ๊อ bhɔ̄~	บ๋อ bhɔ̄ ˊ

❷ 基本拼音＋清尾音 น/ง ＋聲調

●凡是帶清尾音的字，都照聲調符號唸。

子音＋母音＋清尾音			平聲	第一聲	第二聲	第三聲	第四聲
短音	บะ (bha ˇ)	น (n)	บัน	บั่น	บั้น	บั๊น	บั๋น
			bhan	bhan ˇ	bhan ˋ	bhan~	bhan ˊ
		ง (ng)	บัง	บั่ง	บั้ง	บั๊ง	บั๋ง
			bhang	bhang ˇ	bhang ˋ	bhang~	bhang ˊ
	บิ (bhi ˇ)	น (n)	บิน	บิ่น	บิ้น	บิ๊น	บิ๋น
			bhin	bhin ˇ	bhin ˋ	bhin~	bhin ˊ
		ง (ng)	บิง	บิ่ง	บิ้ง	บิ๊ง	บิ๋ง
			bhing	bhing ˇ	bhing ˋ	bhing~	bhing ˊ
長音	บา (bhā)	น (n)	บาน	บ่าน	บ้าน	บ๊าน	บ๋าน
			bhān	bhān ˇ	bhān ˋ	bhān~	bhān ˊ
		ง (ng)	บาง	บ่าง	บ้าง	บ๊าง	บ๋าง
			bhāng	bhāng ˇ	bhāng ˋ	bhāng~	bhāng ˊ
	บี (bhī)	น (n)	บีน	บี่น	บี้น	บี๊น	บี๋น
			bhīn	bhīn ˇ	bhīn ˋ	bhīn~	bhīn ˊ
		ง (ng)	บีง	บี่ง	บี้ง	บี๊ง	บี๋ง
			bhīng	bhīng ˇ	bhīng ˋ	bhīng~	bhīng ˊ
	บอ (bhɔ̄)	น (n)	บอน	บ่อน	บ้อน	บ๊อน	บ๋อน
			bhɔ̄n	bhɔ̄n ˇ	bhɔ̄n ˋ	bhɔ̄n~	bhɔ̄n ˊ
		ง (ng)	บอง	บ่อง	บ้อง	บ๊อง	บ๋อง
			bhɔ̄ng	bhɔ̄ng ˇ	bhɔ̄ng ˋ	bhɔ̄ng~	bhɔ̄ng ˊ

請讀者們特別注意清尾音 ม、น 跟 ง 的區別：

น，發音為注音ㄣ或羅馬拼音 n，舌頭要頂著口腔上方。（第 3 課 p.31）

ง，發音為注音ㄥ或羅馬拼音 ng，舌頭不動，只發出鼻音。（第 5 課 p.41）

ม，發音為注音的ㄇ或羅馬拼音的 m，所以嘴巴是閉著的。（本課）

例字

022

泰文	拼音	中文
ใจ	jai	心 名
ใบ	bhai	1. 葉子 名 2. 表示扁平的物品。 名 3. 計算扁平物的單位詞。如：票、證照、碗盤以及枕頭、行李。 量
➥ ใบไม้	bhai mai~	樹葉 ※ม 為低音字母，故音調不同
➥ จานเก้าใบ	jān gao、bhai	九個盤子
เบา	bhao	輕的 形
➥ ตีเบาเบา	dī bhao bhao	輕輕打
บ้าน	bhān、	家 名
➥ ไปบ้านอา	bai bhān、ā	去叔叔的家
บ้าง	bhāng、	一些、少許、稍微 副
➥ กินบ้าง	gin bhāng、	吃一些

泰文	拼音	中文
ใต้	dai、	1. …下面 介 2. 南邊 名
➥ ใต้เก้าอี้	dai、gao、ī、	在椅子下
ตาม	dām	跟著 副
➥ ตามไป	dām bai	跟著去

中子音 7/9

023

發音 dhɔ̄ 羅馬拼音 dh

例字

เด็ก 兒童
dhek ˇ

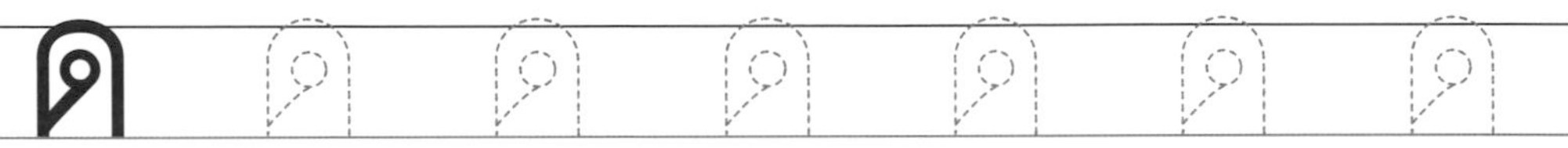

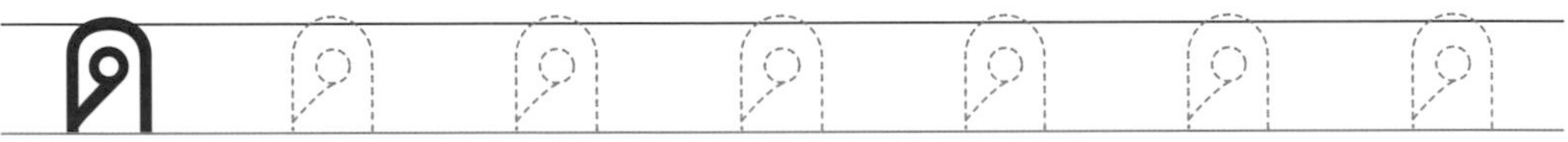

ด 是泰語字母中，屬於中音組的字母，發音方法為輕軟的 d 音。本書把此音的羅馬拼音拼為 dh，以與 ต (d) 區別。เด็ก (dhek ˇ) 是它的例字，為「兒童」的意思。

■ ต (d) 發音較重，舌尖會用力；ด (dh) 發音較輕，發音時舌尖不用力。

母音

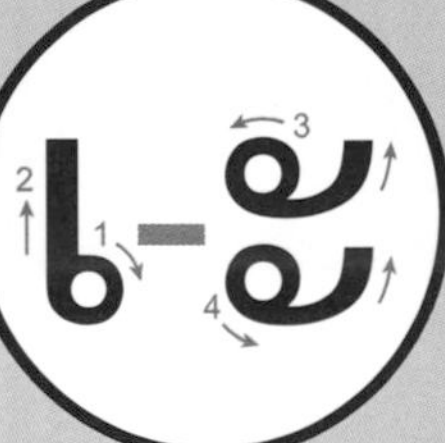

羅馬拼音 短音母音 e

母音 11/32

位置 子音的兩邊 → เ 子音 ะ

例

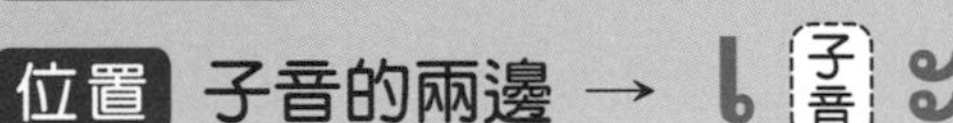

ต + เ-ะ = เตะ
d e de ˇ

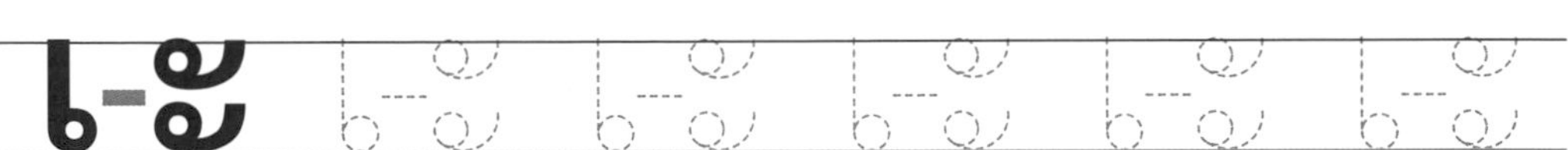

เ-

發音 長音母音 ē

母音 12/32

位置 子音的左邊 → เ 子音

例 จ + เ- = เจ
j ē jē

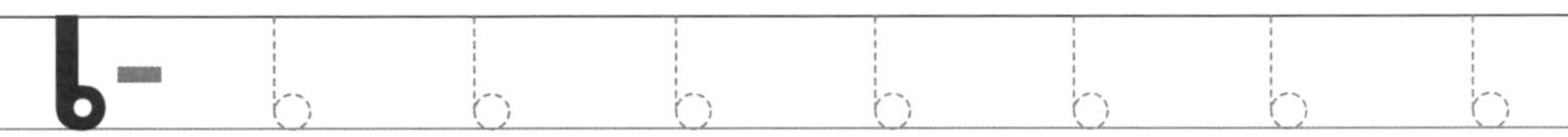

เ-ะ 和 เ- 是一組配對母音。เ-ะ 發短音 e，寫在子音的左右兩邊；เ- 發長音 ē，寫在子音的左邊。

配對母音 เ-ะ 和 เ-

◎ 範例：

ต (d) + เ-ะ (e) = เตะ (de ˇ)

ก (g) + เ (ē) + ง (ng) + ◌่ = เก่ง (gēng ˇ)

變形母音 ② เ-ะ → เ-็

024

若母音 เ-ะ 後接尾音的話，將改寫為 เ-็。

◎ 範例：

ป (b) + เ-ะ (e) + น (n) = เป็น (ben)

ต (d) + เ-ะ (e) + ม (m) = เต็ม (dem)

อ (--) + เ-ะ (e) + ง (ng) = เอ็ง (eng)

「็」是短音符號，稱為 ไม้ไต่คู้ (mai~ dai ˇ kū~)，代表該字的母音唸短音。

變形母音 ③ เ-าะ → ็-อ

若母音 เ-าะ 後接尾音的話，將改寫為 ็-อ。此種拼寫方式，只用於拼寫外來語，出現的情況很少。

◎ 範例：

ช (ch) + เ-าะ (ɔ) + ป (p) = ช็อป (chɔp~)

(英文 shop 的泰式外來語拼法)

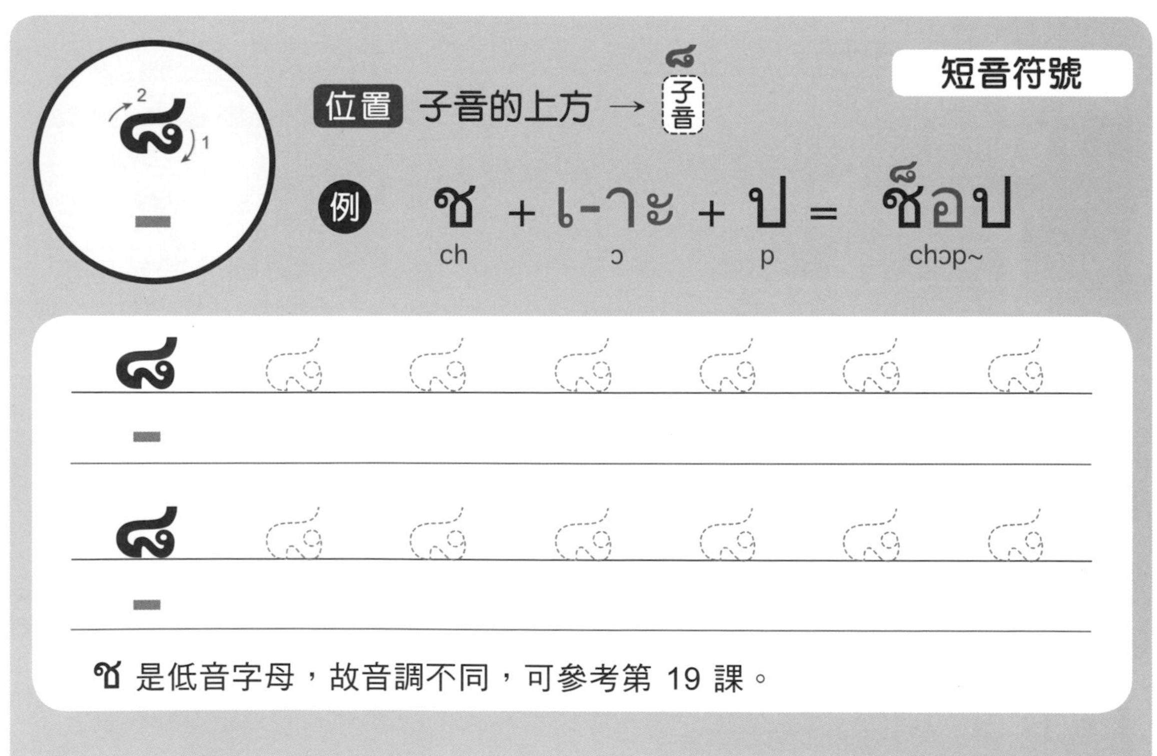

ช 是低音字母，故音調不同，可參考第 19 課。

拼音練習

025

❶ 基本拼音＋聲調

子音＋母音			平 聲	一 聲	二 聲	三 聲	四 聲
短音	ด (dh)	เ-ะ (e)	×	เดะ dhe ˇ	×	×	×
		ไ- (ai)	ได dhai	ได่ dhai ˇ	ได้ dhai ˋ	ได๊ dhai~	ได๋ dhai ˊ
		เ-า (ao)	เดา dhao	เด่า dhao ˇ	เด้า dhao ˋ	เด๊า dhao~	เด๋า dhao ˊ
		-ำ (am)	ดำ dham	ด่ำ dham ˇ	ด้ำ dham ˋ	ด๊ำ dham~	ด๋ำ dham ˊ
長音		เ- (ē)	เด dhē	เด่ dhē ˇ	เด้ dhē ˋ	เด๊ dhē~	เด๋ dhē ˊ
		-า (ā)	ดา dhā	ด่า dhā ˇ	ด้า dhā ˋ	ด๊า dhā~	ด๋า dhā ˊ
		-ี (ī)	ดี dhī	ดี่ dhī ˇ	ดี้ dhī ˋ	ดี๊ dhī~	ดี๋ dhī ˊ
		-อ (ɔ̄)	ดอ dhɔ̄	ด่อ dhɔ̄ ˇ	ด้อ dhɔ̄ ˋ	ด๊อ dhɔ̄~	ด๋อ dhɔ̄ ˊ

❷ 基本拼音＋聲調

子音＋母音		平 聲	一 聲	二 聲	三 聲	四 聲
ก (g)	เ- (ē)	เก	เก่	เก้	เก๊	เก๋
		gē	gē ˇ	gē ˋ	gē~	gē ˊ
อ (--)		เอ	เอ่	เอ้	เอ๊	เอ๋
		ē	ē ˇ	ē ˋ	ē~	ē ˊ
บ (bh)		เบ	เบ่	เบ้	เบ๊	เบ๋
		bhē	bhē ˇ	bhē ˋ	bhē~	bhē ˊ
ป (b)		เป	เป่	เป้	เป๊	เป๋
		bē	bē ˇ	bē ˋ	bē~	bē ˊ
ต (d)		เต	เต่	เต้	เต๊	เต๋
		dē	dē ˇ	dē ˋ	dē~	dē ˊ
จ (j)		เจ	เจ่	เจ้	เจ๊	เจ๋
		jē	jē ˇ	jē ˋ	jē~	jē ˊ

濁尾音介紹

026

前文提過，在泰文拼音中，尾音分為 2 類：❶ 5 種清尾音 ❷ 3 種濁尾音。清尾音我們不再重複，在此介紹濁尾音：

❶ 濁尾音是哪些？

濁尾音只有 3 種音：p、t、k。以「尾音」來稱呼它，其實也不盡正確，因為它只發一半的音。什麼叫只發一半的音？就是說，在唸濁尾音時，只要做出發音的嘴形即可，但不必真正地發出聲音。目的是利用不同的嘴形，把發音切斷。

◎ 發音嘴形：[p] 雙唇緊閉。 [t] 舌尖往上頂住。 [k] 舌根往上頂住。

❷ 濁尾音有哪些字母？

絕大多數的泰語字母，都屬於濁尾音。但因為濁尾音只有 3 種音，故由此可知，有些泰語字母在字頭及字尾，發音並不同。在字頭可以是 f、ch、j 或 s 的音，在字尾卻變成 p、t、k 三種尾音之一。

目前已經學到的濁尾音字母：

◎ [p] -บ / -ป　◎ [t] -จ / -ด / -ต　◎ [k] -ก

❸ 濁尾音搭配中音字母的聲調方式：

當中音字母碰上濁尾音，無論母音是什麼，無聲調符號一律為第一聲。（極少數標注聲調符號者，則直接依照聲調符號發音。）

泰文聲調	平 聲	一 聲	二 聲	三 聲	四 聲
中文聲調	一 聲	三聲【ˇ】	四聲【ˋ】	輕聲【～】	二聲【ˊ】
聲調符號	✕	不標示	่	๊	+

◎ 範例：

ก (g) + ะ (a) + บ (p) = กับ (gapˇ)

ป (b) + า (ā) + ก (k) = ปาก (bākˇ)

ต (d) + ิ (i) + ด (t) = ติด (ditˇ)

อ (--) + า (ā) + จ (t) = อาจ (ātˇ)

在泰文中，濁尾音的單字絕大部份都是不標聲調符號的第一聲唸法，標第二、三、四聲的組合極少（例如：ต้าบ / ต๊าบ / ต๋อบ）。建議讀者們，其實可以簡略記為：「濁尾音均固定發第一聲，若極少數時候出現聲調符號，才依照聲調符號發音。」

拼音練習 027

❶ 基本拼音＋清尾音น/ง ●按聲調符號表，未標聲調符號為平聲。

母音＼清尾音	น (n)	ง (ng)
เ-ะ (e)	เด็น / เก็น / เป็น	เด็ง / เก็ง / เป็ง
	dhen / gen / ben	dheng / geng / beng
เ- (ē)	เดน / เกน / เบน	เดง / เกง / เบง
	dhēn / gēn / bhēn	dhēng / gēng / bhēng
เ-าะ (ɔ)	ด็อน / ก็อน / บ็อน	ด็อง / ก็อง / บ็อง
	dhɔn / gɔn / bhɔn	dhɔng / gɔng / bhɔng

❷ 基本拼音＋濁尾音 ●未標聲調符號，一律第一聲。

子音＋母音＼濁尾音	ก (k)	ด / จ / ต (t)	บ / ป (p)
ดะ (dhaˇ)	ดัก	ดัด	ดับ
	dhakˇ	dhatˇ	dhapˇ
ดา (dhā)	ดาก	ดาด	ดาบ
	dhākˇ	dhātˇ	dhāpˇ
ดิ (dhiˇ)	ดิก	ดิด	ดิบ
	dhikˇ	dhitˇ	dhipˇ
ดี (dhī)	ดีก	ดีด	ดีบ
	dhīkˇ	dhītˇ	dhīpˇ
เดะ (dheˇ)	เด็ก	เด็ด	เด็บ
	dhekˇ	dhetˇ	dhepˇ

濁尾音 子音＋母音	ก (k)	ด / จ / ต (t)	บ / ป (p)
เด (dhē)	เดก	เดด	เดบ
	dhēk ˇ	dhēt ˇ	dhēp ˇ
เดาะ (dhɔ ˇ)	ด็อก	ด็อด	ด็อบ
	dhɔk ˇ	dhɔt ˇ	dhɔp ˇ
ดอ (dhɔ̄)	ดอก	ดอด	ดอบ
	dhɔ̄k ˇ	dhɔ̄t ˇ	dhɔ̄p ˇ

例 字

028

泰文	拼音	中文
เด็ก	dhek ˇ	兒童 名
ก็	gɔ ˋ	就、也 連 ※特殊發音
➡ อาไป ป้าก็ไป	ā bai bā ˋ gɔ ˋ bai	叔叔去，姑姑就去。
ดี	dhī	好的 形
➡ ใจดี	jai dhī	心地好的
➡ ก็ดี	gɔ ˋ dhī	也好
➡ ดีจัง	dhī jang	很好、很棒
➡ เด็กดี	dhek ˇ dhī	好小孩
ดีใจ	dhī jai	高興 動
➡ อาดีใจ	ā dhī jai	叔叔很高興

泰文	拼音	中文
อาจ	āt ˇ	可能、也許 副
➥ อาอาจจะดีใจ	ā āt ˇ ja ˇ dhī jai	叔叔可能會高興
ได้	dhāi ˋ	可以 副 ※ 特殊發音：ได้習慣發長音。
➥ กินได้	gin dhāi ˋ	可以吃
➥ ไปได้	bai dhāi ˋ	可以去
➥ เอาได้	ao dhāi ˋ	可以拿
➥ ก็ได้	gɔ ˋ dhāi ˋ	也可以
➥ จะไปก็ได้	ja ˇ bai gɔ ˋ dhāi ˋ	要去也可以
ดำ	dham	黑的 形
➥ ใจดำ	jai dham	黑心
เป็ด	bet ˇ	鴨子 名
➥ กินเป็ด	gin bet ˇ	吃鴨
ปาก	bāk ˇ	嘴巴 名
➥ ปากดี	bāk ˇ dhī	口不出惡言
เก่ง	gēng ˇ	能幹的、棒的、厲害的 副
➥ กินเก่ง	gin gēng ˇ	很會吃
➥ ปากเก่ง	bāk ˇ gēng ˇ	嘴巴厲害，伶牙利齒

泰文	拼音	中文
เจ็ด	jet ˇ	七（๗）數
➡ เจ็ดปี	jet ˇ bī	七年
➡ เจ็ดอัน	jet ˇ an	七個
เจ็บ	jep ˇ	疼痛 動
➡ เจ็บจัง	jep ˇ jang	非常痛
กับ	gap ˇ	和、與 連
➡ ไก่กับเป็ด	gai ˇ gap ˇ bet ˇ	雞與鴨
➡ อากับป้า	ā gap ˇ bā ˋ	叔叔與姑姑
เจ	jē	素食（齋） 名
➡ กินเจ	gin jē	吃素
ออก	ɔ̄k ˇ	出 動
➡ ออกไป	ɔ̄k ˇ bai	出去
เตะ	de ˇ	踢 動
เต็ม	dem	滿的 形

中子音 8/9

029

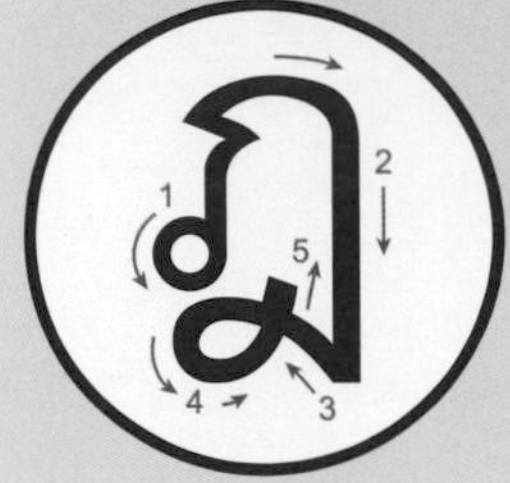

發音 dhɔ̄ 羅馬拼音/尾音 dh/t

例字

ชฎา 尖頂舞冠

cha~dhā

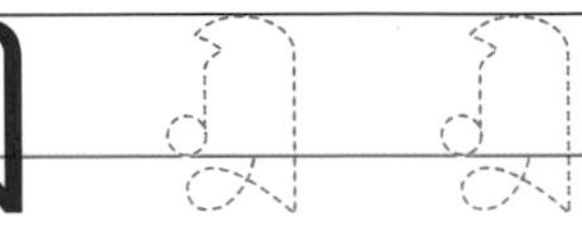
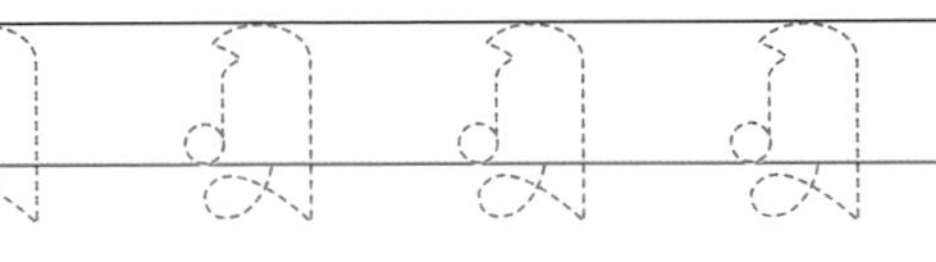
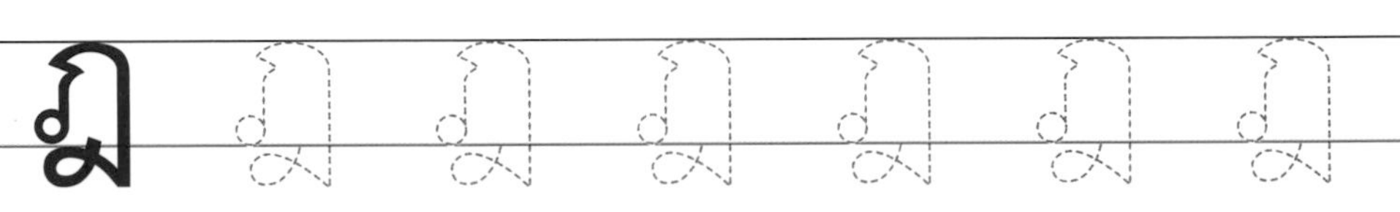

ฎ 是泰語字母中，屬於中音組的字母，發音方法為較為輕軟的 d 音，本書把此音的羅馬拼音拼為 dh，與 ด.เด็ก 同音。ชฎา (cha~dhā) 是它的例字，為傳統舞蹈表演時，女舞者頭戴的「尖頂舞冠」的意思。

中子音 9/9

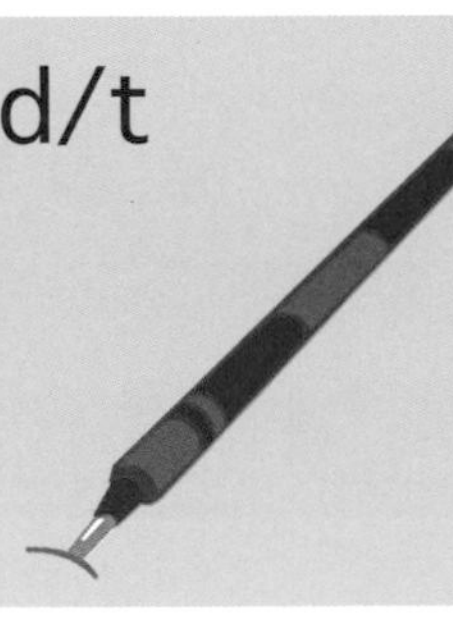

發音 dɔ̄ 羅馬拼音/尾音 d/t

例字

ปฏัก 刺棍

ba ˇ dak ˇ

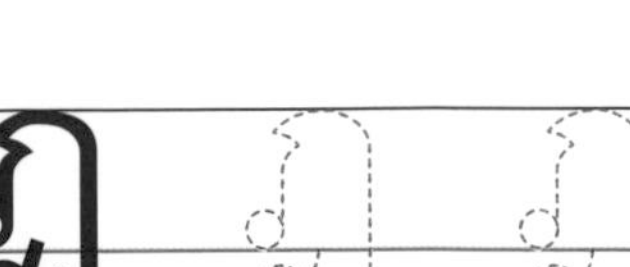

ฏ 是泰語字母中，屬於中音組的字母，發音方法為 d。與 ต.เต่า 同音。ปฏัก (ba ˇ dak ˇ) 是它的例字，為「刺棍」的意思。

被省略的母音《-ะ》

在泰文中，必須是「子音＋母音」的組合，才能夠成為一個發音。但短音母音 ะ 卻常被省略不寫。

（書寫時）子音＋子音＋母音 ⇨ 子音落單，沒有母音搭配，無法發音。
落單　成對

（發音時）子音＋ะ＋子音＋母音 ⇨ 發音的時候加上ะ，才可發音。
成對　成對

◎ 範例：ชฎา 的音節為 ช-ฎา (ch-dhā)，前面的 ช (ch) 落單，因為沒有母音與其搭配，所以無法發音。這種情況其實是 ะ (a) 被省略。所以遇到這種情況時，只要唸的時候自己加上 ะ (a) 的音即可。

發音便成為 ชะ-ฎา (cha~dhā)，書寫仍為 ชฎา。

◎ 範例：ปฏัก 的音節應為 ป-ฏัก (b-dak ˇ)，前面的 ป (b)落單，因為沒有母音與其搭配，所以無法發音。所以同上一例的情況，只要自己加上 ะ (a) 的音即可。

發音便成為 ปะ-ฏัก (ba ˇ dak ˇ)，書寫仍為 ปฏัก。

ช 是屬低音字母，發音為 ch，ชะ 應唸第三聲 (cha~) 是屬低音字母的發音規則，容後再述。

-ะ (a) 是短音母音。故加上中音字母 ป，仍然須依中音字母的規則，將聲調發成第一聲。請參考 p.24。

例字

被省略的母音 -ะ，就是單單只有子音存在，而後面的母音、尾音、聲調均無的時候。

泰文	拼音	中文
ชฎา	cha~ dhā	尖頂頭冠 名
ปฏัก	ba ˇ dak ˇ	刺棍 名
อดีต	a ˇ dhīt ˇ	昔日的、從前的 形

第一章字母總結

中音子音表

全9個字母

030

子音	例字	中文	字首	尾音
ก (gɔ̄)	ไก่ (gai ˇ)	雞	g	k
จ (jɔ̄)	จาน (jān)	盤子	j	t
ฎ (dhɔ̄)	ชฎา (cha~dhā)	尖頂舞帽	dh	t
ฏ (dɔ̄)	ปฏัก (ba ˇ dak ˇ)	刺棍	d	t
ด (dhɔ̄)	เด็ก (dhek ˇ)	兒童	dh	t
ต (dɔ̄)	เต่า (dao ˇ)	烏龜	d	t
บ (bhɔ̄)	ใบไม้ (bhai mai~)	樹葉	bh	p
ป (bɔ̄)	ปลา (blā)	魚	b	p
อ (ɔ̄)	อ่าง (āng ˇ)	盆	不發音	無

複習學過的母音

全32個字母

031

配對母音		非配對母音
短音⇨變形	長音	
-ะ ⇨ -ั (a)	-า (ā)	ไ- (ai)
-ิ (i)	-ี (ī)	ใ- (ai)
เ-ะ ⇨ เ-็ (e)	เ- (ē)	เ-า (ao)
เ-าะ ⇨ -็อ (ɔ)	-อ (ɔ̄)	-ำ (am)

中音字母的聲調變化

凡是有聲調符號的字，請直接依表格的聲調符號發音，未標注聲調符號的時候，請依以下原則判別。請以「有無尾音」為優先判別標準。

❶ 清尾音 n、ng、m、i、u ：無論前面母音長短，一律照以下規則發音。

◎ 中音字母＋長／短母音＋清尾音

➤ 無聲調符號＝平聲。

➤ 有聲調符號＝按照聲調符號發音。（表一）

❷ 濁尾音 p、t、k ：無論前面母音長短，一律照以下規則發音。

◎ 中音字母＋長／短母音＋濁尾音

➤ 無聲調符號＝第一聲。

➤ （極少數有聲調符號者，按照聲調符號發音。）（表二）

❸ 無尾音：◎ 中音字母＋長母音或短母音 ไ / ใ / เ-า / -ำ ＋無尾音

➤ 無聲調符號＝平聲。

➤ 有聲調符號＝按照聲調符號發音。（表一）

◎ 中音字母＋短母音，不包含 ไ / ใ / เ-า / -ำ ＋無尾音

➤ 無聲調符號＝第一聲。

➤ （極少數有聲調符號者，按照聲調符號發音。）（表二）

◎ 表一

長母音、短母音 ไ (ai) / ใ (ai) / เ-า (ao) / -ำ (am)，及清尾音。

泰文聲調	平　聲	一　聲	二　聲	三　聲	四　聲
中文聲調	一　聲	三聲【ˇ】	四聲【ˋ】	輕聲【～】	二聲【ˊ】
聲調符號	不標示	่	้	๊	๋

◎ 表二

短母音（不包含 ไ (ai) / ใ (ai) / เ-า (ao) / -ำ (am)），及濁尾音。

泰文聲調	平　聲	一　聲	二　聲	三　聲	四　聲
中文聲調	一　聲	三聲【ˇ】	四聲【ˋ】	輕聲【～】	二聲【ˊ】
聲調符號	✕	不標示	้	๊	๋

已學過的尾音整理

清尾音		
m	n	ng
ม	น	ง

濁尾音		
p	t	k
บ ป	จ ฎ ฏ ด ต	ก

去到餐廳這樣說 032

泰國菜可以分為四大類，北部、中部、東北部、南部。每個地方的使用食材會跟臨近的國家一樣，像南部就會跟馬來菜一樣，用較多椰奶跟薑黃，而曼谷則是位居中部，因此融合了各地的特色。其中東北菜口味最重，像我們熟悉的涼拌青木瓜便是東北菜。旁邊列出了如何點菜的泰文，到了泰國當地試著用泰文點菜看看吧！

開口說說看！ 可以把下面的單字加進底線裡喔。

1.有____嗎？ มี____ไหม? mī____mai ˊ ?

有 มี〔mī〕
沒有 ไม่มี〔mai ˋ mī〕

2.我（男/女）要____。 (ผม/ฉัน) เอา____ (pom ˊ /chan ˊ)ao____

3.請幫我結帳！ เช็คบิลด้วย chek~ bhin dhūei ˋ

4.涼拌青木瓜	ส้มตำ	som ˋ dam
5.涼拌酸辣粉絲	ยำวุ้นเส้น	yam wun~ sēn ˋ
6.泰式紅咖哩	แกงเผ็ด	gēng pet ˇ
7.泰式綠咖哩	แกงเขียวหวาน	gēng kīau ˊ wān ˊ
8.炒空心菜	ผัดผักบุ้ง	pat ˇ pak ˇ bhung ˋ
9.炸魚餅	ทอดมันปลา	tōt ˋ man blā
10.泰式春卷	ปอเปี๊ยะทอด	bō bia~ tōt ˋ
11.泰式香茅烤魚	ปลาเผาเกลือ	blā pao ˊ glœa
12.泰式咖哩螃蟹	ปูผัดผงกะหรี่	bū pat ˇ pong ˊ ga ˇ rī ˇ
13.炒媽媽麵	มาม่าผัด	māmā ˋ pat ˇ
14.炒河粉	ผัดไทย	pat ˇ tai
15.椰汁雞湯	ต้มข่าไก่	dom ˋ kā ˇ gai ˇ
16.酸辣蝦湯	ต้มยำกุ้ง	dom ˋ yam gung ˋ
17.芒果糯米飯	ข้าวเหนียวมะม่วง	kāu ˋ nīau ˊ ma~ mūang ˋ

18.泰式奶茶 ชานม chā nom 19.啤酒 เบียร์ bhīa 20.水 น้ำ nām~

熱 ร้อน〔rōn~〕
冰 เย็น〔yen〕
酸 เปรี้ยว〔brīau ˋ〕
辣 เผ็ด〔pet ˇ〕
甜 หวาน〔wān ˊ〕
鹹 เค็ม〔kem〕

CHAPTER 2 高音字母 อักษรสูง

本章學習重點

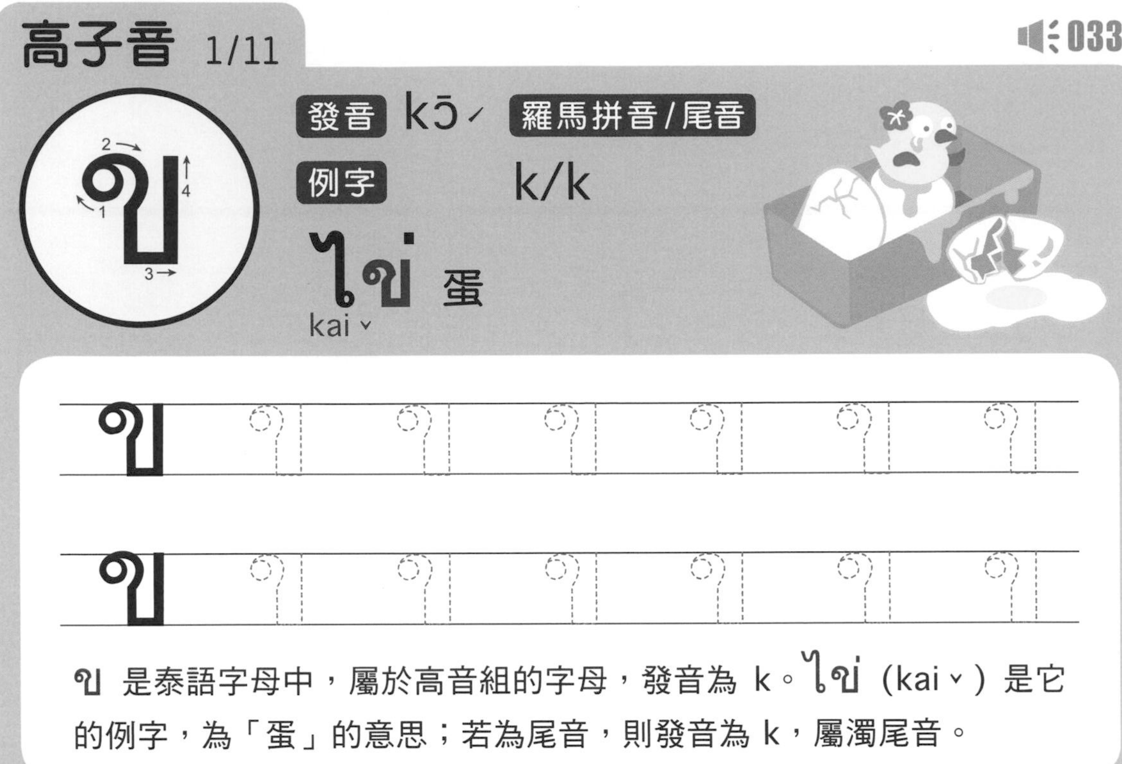

ข 是泰語字母中，屬於高音組的字母，發音為 k。ไข่ (kai ˇ) 是它的例字，為「蛋」的意思；若為尾音，則發音為 k，屬濁尾音。

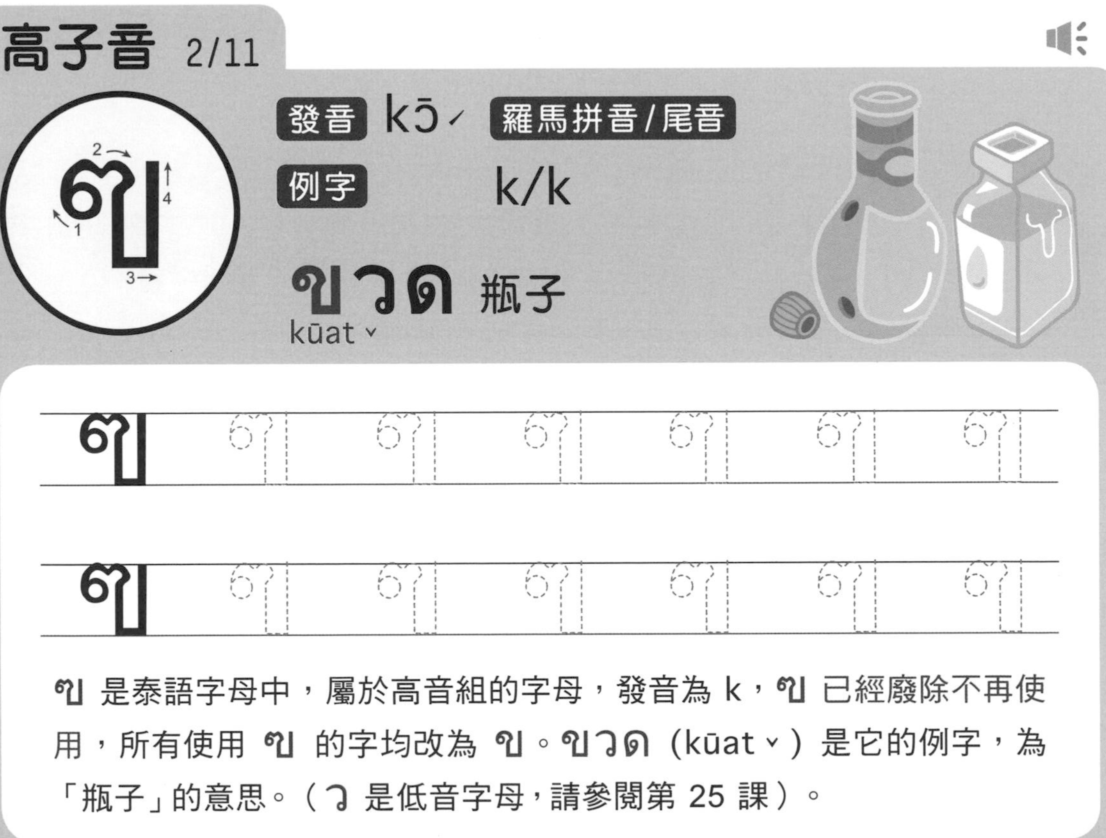

ฃ 是泰語字母中，屬於高音組的字母，發音為 k，ฃ 已經廢除不再使用，所有使用 ฃ 的字均改為 ข。ขวด (kūat ˇ) 是它的例字，為「瓶子」的意思。（ว 是低音字母，請參閱第 25 課）。

母音

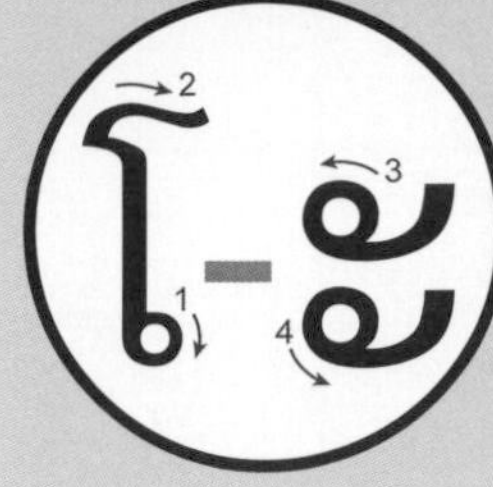

羅馬拼音 短音母音 o

母音 13/32

位置 子音的兩邊 → โ 子音 ะ

例 ป + โ-ะ = โปะ

b o bo ˇ

羅馬拼音 長音母音 ō

母音 14/32

位置 子音的左邊 → โ 子音

例 ต + โ- = โต

d ō dō

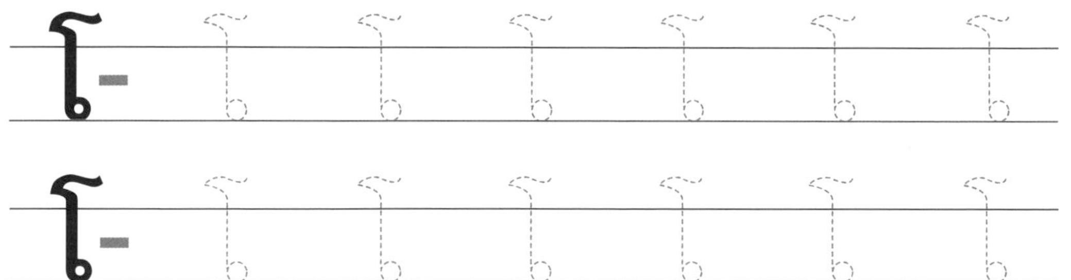

母音 โ-ะ 和 โ- 是一組配對母音。โ-ะ 發短音 o；โ- 發長音 ō。發音與另一配對母音 เ-าะ 和 -อ 類似（請參閱第 5 課）。

大致上來說，-อ 的嘴形開口較大，像英文的 law 的發音，而 โ- 的嘴形較小，像英文的 low 的發音。

配對母音 โ-ะ 和 โ-

◎ 範例：

ต (d) + โ (ō) = โต (dō)

ป (b) + โ-ะ (o) = โปะ (bo ˇ)

高音字母的聲調介紹

Ⓐ 高音字母後接長音母音、ไ- (ai) / ใ- (ai) / เ-า (ao) / -ำ (am) 四個短音母音，以及清尾音，只可變化出第一、二、四聲，3 種聲調，聲調符號須寫在子音字母的上方偏右處。

泰文聲調	平　聲	一　聲	二　聲	三　聲	四　聲
中文聲調	一　聲	三聲【ˇ】	四聲【ˋ】	輕聲【～】	二聲【ˊ】
聲調符號	✕	่	้	✕	不標示

◎ 範例：

ข (k) + า (ā) = ขา (kā ˊ)

ข (k) + อ (ɔ̄) + ง (ng) = ของ (kɔ̄ng ˊ)

ข (k) + ี (ī) + ่ = ขี่ (kī ˇ)

ข (k) + า (ā) + ง (ng) + ้ = ข้าง (kāng ˋ)

Ⓑ 高音字母搭配短音母音（ไ- (ai) / ใ- (ai) / เ-า (ao) / -ำ (am) 除外），以及濁尾音，不寫聲調符號者為第一聲。（極少數標注第二聲符號，則依照第二聲發音。）

泰文聲調	平 聲	一 聲	二 聲	三 聲	四 聲
中文聲調	一 聲	三聲【ˇ】	四聲【ˋ】	輕聲【～】	二聲【ˊ】
聲調符號	✕	不標示	่	✕	✕

◎ 範例：

ข (k) + ะ (a) = ขะ (ka ˇ)

ข (k) + ี (ī) + ด (t) = ขีด (kīt ˇ)

ข (k) + อ (ɔ̄) + บ (p) = ขอบ (kɔ̄p ˇ)

ข (k) + เ-ะ (e) + ด (t) = เข็ด (ket ˇ)

在泰文中，以上Ⓑ的拼法的單字，絕大部份都是不標聲調符號的第一聲唸法，標第二聲調的組合極少（例如：ข่ะ / ข่อบ）。建議讀者們，其實可以簡略記為：「短音及濁尾音均固定發第一聲，若極少數拼音出現聲調符號，則依照聲調符號發音。」

高音字母沒有平聲及第三聲的聲調。

變形母音 ❹ โ-ะ ➡ X 035

若母音 โ-ะ 後接尾音的話，母音 โ-ะ 省略不寫。

◎ 範例：

ก (g) + โ-ะ (o) + บ (p) = กบ (gop ˇ)

บ (bh) + โ-ะ (o) + น (n) = บน (bhon)

ต (d) + โ-ะ (o) + ก (k) = ตก (dok ˇ)

ก (g) + โ-ะ (o) + น (n) + ้ = ก้น (gon ˋ)

拼音練習 036

❶ 基本拼音＋聲調

子音＋母音			平 聲	一 聲	二 聲	三 聲	四 聲
短音	ข (k)	-ะ (a)	×	ขะ ka ˇ	×	×	×
		-ิ (i)	×	ขิ ki ˇ	×	×	×
		เ-ะ (e)	×	เขะ ke ˇ	×	×	×
		โ-ะ (o)	×	โขะ ko ˇ	×	×	×
		ไ- (ai)	×	ไข่ kai ˇ	ไข้ kai ˋ	×	ไข kai ˊ
		เ-า (ao)	×	เข่า kao ˇ	เข้า kao ˋ	×	เขา kao ˊ
		-ำ (am)	×	ข่ำ kam ˇ	ข้ำ kam ˋ	×	ขำ kam ˊ
長音		เ- (ē)	×	เข่ kē ˇ	เข้ kē ˋ	×	เข kē ˊ
		-า (ā)	×	ข่า kā ˇ	ข้า kā ˋ	×	ขา kā ˊ

子音＋母音			平 聲	一 聲	二 聲	三 聲	四 聲
長音	ข (k)	-ี (ī)	×	ขี่	ขี้	×	ขี
				kī ˇ	kī ˋ		kī ˊ
		-อ (ɔ̄)	×	ข่อ	ข้อ	×	ขอ
				kɔ̄ ˇ	kɔ̄ ˋ		kɔ̄ ˊ
		โ- (ō)	×	โข่	โข้	×	โข
				kō ˇ	kō ˋ		kō ˊ

❷ 基本拼音＋聲調

子音＋母音			平 聲	一 聲	二 聲	三 聲	四 聲
短音	ก (g)	โ-ะ (o)	×	โกะ	×	×	×
				go ˇ			
	จ (j)		×	โจะ	×	×	×
				jo ˇ			
	ด (dh)		×	โดะ	×	×	×
				dho ˇ			
	ต (d)		×	โตะ	×	×	×
				do ˇ			
	บ (bh)		×	โบะ	×	×	×
				bho ˇ			
	ป (b)		×	โปะ	×	×	×
				bo ˇ			
	อ (--)		×	โอะ	×	×	×
				o ˇ			

子音+母音			平 聲	一 聲	二 聲	三 聲	四 聲
長音	ก (g)	โ- (ō)	โก	โก่	โก้	โก๊	โก๋
			gō	gō ˇ	gō ˋ	gō~	gō ˊ
	จ (j)		โจ	โจ่	โจ้	โจ๊	โจ๋
			jō	jō ˇ	jō ˋ	jō~	jō ˊ
	ด (dh)		โด	โด่	โด้	โด๊	โด๋
			dhō	dhō ˇ	dhō ˋ	dhō~	dhō ˊ
	ต (d)		โต	โต่	โต้	โต๊	โต๋
			dō	dō ˇ	dō ˋ	dō~	dō ˊ
	บ (bh)		โบ	โบ่	โบ้	โบ๊	โบ๋
			bhō	bhō ˇ	bhō ˋ	bhō~	bhō ˊ
	ป (b)		โป	โป่	โป้	โป๊	โป๋
			bō	bō ˇ	bō ˋ	bō~	bō ˊ
	อ (--)		โอ	โอ่	โอ้	โอ๊	โอ๋
			ō	ō ˇ	ō ˋ	ō~	ō ˊ

❸ 基本拼音+清尾音น/ง

●依聲調符號發音。
無聲調符號者，一律發第四聲。

037

清尾音 / 子音+母音	น (n)			ง (ng)		
ขะ (ka ˇ)	ขัน	ขั่น	ขั้น	ขัง	ขั่ง	ขั้ง
	kan ˊ	kan ˇ	kan ˋ	kang ˊ	kang ˇ	kang ˋ
ขา (kā ˊ)	ขาน	ข่าน	ข้าน	ขาง	ข่าง	ข้าง
	kān ˊ	kān ˇ	kān ˋ	kāng ˊ	kāng ˇ	kāng ˋ

清尾音 / 子音＋母音	น (n)			ง (ng)		
ขิ (ki ˇ)	ขิน	ขิ่น	ขิ้น	ขิง	ขิ่ง	ขิ้ง
	kin ˊ	kin ˇ	kin ˋ	king ˊ	king ˇ	king ˋ
ขี (kī ˊ)	ขีน	ขี่น	ขี้น	ขีง	ขี่ง	ขี้ง
	kīn ˊ	kīn ˇ	kīn ˋ	kīng ˊ	kīng ˇ	kīng ˋ
เขะ (ke ˇ)	เข็น	×	×	เข็ง	×	×
	ken ˊ			keng ˊ		
เข (kē ˊ)	เขน	เข่น	เข้น	เขง	เข่ง	เข้ง
	kēn ˊ	kēn ˇ	kēn ˋ	kēng ˊ	kēng ˇ	kēng ˋ
ขอ (kɔ̄ ˊ)	ขอน	ข่อน	ข้อน	ของ	ข่อง	ข้อง
	kɔ̄n ˊ	kɔ̄n ˇ	kɔ̄n ˋ	kɔ̄ng ˊ	kɔ̄ng ˇ	kɔ̄ng ˋ
โขะ (ko ˇ)	ขน	ข่น	ข้น	ขง	ข่ง	ข้ง
	kon ˊ	kon ˇ	kon ˋ	kong ˊ	kong ˇ	kong ˋ
โข (kō ˊ)	โขน	โข่น	โข้น	โขง	โข่ง	โข้ง
	kōn ˊ	kōn ˇ	kōn ˋ	kōng ˊ	kōng ˇ	kōng ˋ

❹ 基本拼音＋濁尾音

●無聲調符號，一律發第一聲。

濁尾音 / 子音＋母音	ก (k) ก / ข	ด (t) จ / ด / ต / ฎ / ฏ	บ (p) บ / ป
ขะ (ka ˇ)	ขัก	ขัด	ขับ
	kak ˇ	kat ˇ	kap ˇ
ขา (kā ˊ)	ขาก	ขาด	ขาบ
	kāk ˇ	kāt ˇ	kāp ˇ

濁尾音 / 子音＋母音	ก (k) ก / ข	ด (t) จ / ด / ต / ฎ / ฏ	บ (p) บ / ป
ขิ (ki ˇ)	ขิก	ขิด	ขิบ
	kik ˇ	kit ˇ	kip ˇ
ขี (kī ˊ)	ขีก	ขีด	ขีบ
	kīk ˇ	kīt ˇ	kīp ˇ
เขะ (ke ˇ)	เข็ก	เข็ด	เข็บ
	kek ˇ	ket ˇ	kep ˇ
เข (kē ˊ)	เขก	เขต	เขบ
	kēk ˇ	kēt ˇ	kēp ˇ
ขอ (kɔ̄ ˊ)	ขอก	ขอด	ขอบ
	kɔ̄k ˇ	kɔ̄t ˇ	kɔ̄p ˇ
โขะ (ko ˇ)	ขก	ขด	ขบ
	kok ˇ	kot ˇ	kop ˇ
โข (kō ˊ)	โขก	โขด	โขบ
	kōk ˇ	kōt ˇ	kōp ˇ

例字

038

泰文	拼音	中文
ไข่	kai ˇ	蛋 名
➡ ไข่ไก่	kai ˇ gai ˇ	雞蛋
➡ ไข่เป็ด	kai ˇ bet ˇ	鴨蛋
โต๊ะ	do~	桌子 名

➡ ใต้โต๊ะ	dai、do~	在桌子下
โต	dō	大的 形
➡ ตาโต	dā dō	大眼睛
ขี่	kī ˇ	騎 動
ขับ	kap ˇ	駕駛 動
➡ ใบขับขี่	bhai kap ˇ kī ˇ	駕照
เขา	kao ˊ	他、她 代
เข่า	kao ˇ	膝蓋 名
เข้า	kao、	進入 動
➡ เข้าบ้าน	kao、bhān、	進家裡
เข้าใจ	kao、jai	了解、明白 動
บน	bhon	…的上面 介
➡ บนโต๊ะ	bhon do~	桌上
➡ ใต้เก้าอี้	dai、gao、ī、	椅子下
ข้าง	kāng、	1. 在（方位）介 2. 旁邊
➡ ข้างบน	kāng、bhon	上方、上面
➡ ข้างๆ	kāng、kāng、	旁邊、側 ※ ๆ 為重複符號，即重複前一個字的音。
ของ	kōng ˊ	1. 的 介 2. 東西 名

➥ ของเขา	kɔ̄ng ˊ kao ˊ	他的
➥ เป็นของของเขา	ben kɔ̄ng ˊ kɔ̄ng ˊ kao ˊ	是他的東西
ขอ	kɔ̄ ˊ	請（求） 動
ขา	kā ˊ	腿 名
➥ ขาของเขา	kā ˊ kɔ̄ng ˊ kao ˊ	他的腿
กบ	gop ˇ	青蛙 名
จน	jon	貧窮的 形
➥ เด็กจน	dhek ˇ jon	貧窮的小孩
ตก	dok ˇ	掉 動
➥ ตกงาน	dok ˇ ngān	失業
อก	ok ˇ	胸 名
ขน	kon ˊ	1. 搬 動 2. 毛 名
➥ ขนของ	kon ˊ kɔ̄ng ˊ	搬東西
➥ ขนตา	kon ˊ dā	眼睫毛
➥ ขนขา	kon ˊ kā ˊ	腿毛
ก้น	gon ˋ	臀部 名

高子音 3/11

039

發音 fɔ̄ˊ 羅馬拼音/尾音 f/-

例字

ฝา 蓋子

fāˊ

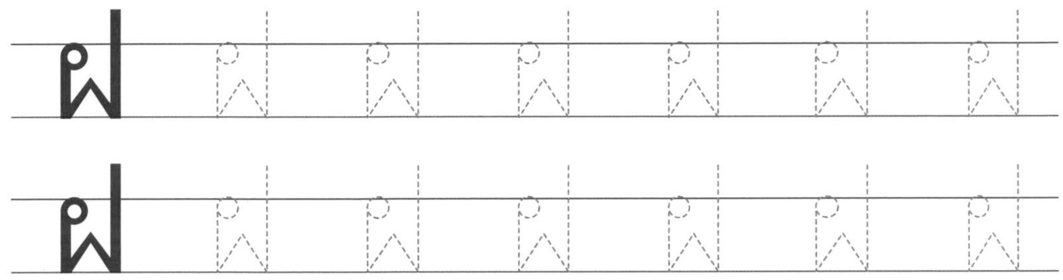

ฝ 是泰語字母中，屬於高音組的字母，發音為 f；ฝา (fāˊ) 是它的例字，為「蓋子」的意思。不會當尾音使用。

高子音 4/11

發音 tɔ̄ˊ 羅馬拼音/尾音 t/t

例字

ฐาน 壇

tānˊ

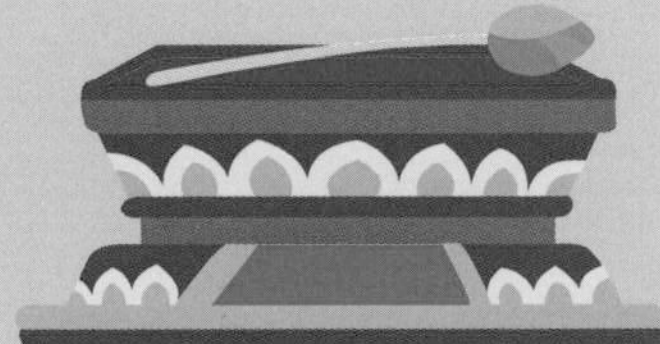

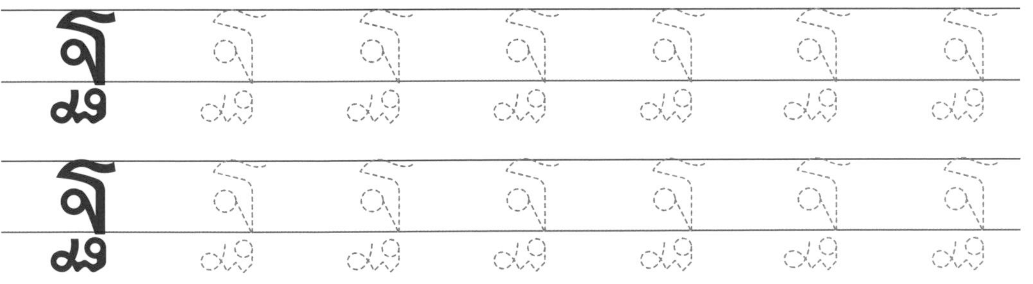

ฐ 是泰語字母中，屬於高音組的字母，發音為 t，ฐาน (tānˊ) 是它的例字，為「壇」的意思。也有些人稱之為 sanˊ tānˊ 。本字母若為尾音，則發音為 t，屬濁尾音。

母音

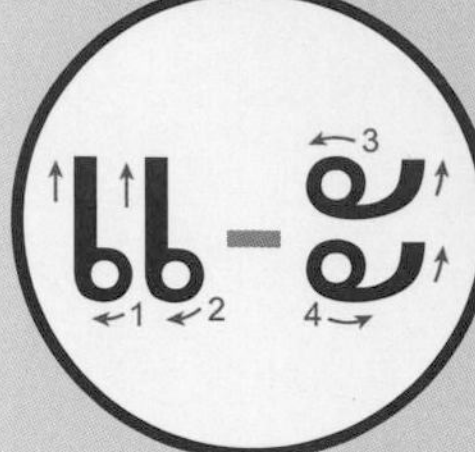

羅馬拼音 短音母音 ε

位置 子音的兩邊 → แ 子音 ะ

例 ก + แ-ะ = แกะ

g ε gεˇ

母音 15/32

แ-ะ แ-ะ

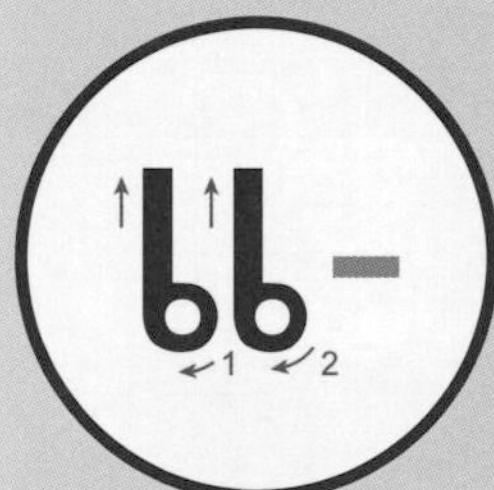

羅馬拼音 長音母音 ε̄

位置 子音的左邊 → แ 子音

例 ก + แ- = แก

g ε̄ gε̄

母音 16/32

母音 แ-ะ 和 แ- 是一組配對母音。在中文裡並沒有這個音，類似注音符號的ㄝ音，但嘴角往兩邊更為張開。

แ-ะ 發短音 ε；แ- 發長音 ε̄。

高音字母的聲調 040

高音字母只有三種聲調：第一聲、第二聲、第四聲。在按聲調符號發音的時候，若沒有寫聲調符號，代表發第四聲。（請參考 p.76）

◎ 範例：

ฝ (f) + า (ā) = ฝา (fā ˊ)

ฐ (t) + า (ā) + น (n) = ฐาน (tān ˊ)

變形母音 ❺ แ-ะ ➡ แ-็

若母音 แ-ะ 後接尾音的話，將改寫為 แ-็

◎ 範例：

ข (k) + แ-ะ (ɛ) + ง (ng) = แข็ง (kɛng ˊ)

拼音練習 041

❶ 基本拼音＋短母音ไ (ai) / ใ (ai) / เ-า (ao) / -ำ (am)＋聲調

子音＋母音		短音四聲	短音一聲	短音二聲
ฝ (f)	ไ- / ใ- (ai)	ไฝ	ใฝ่	ไฝ้
		fai ˊ	fai ˇ	fai ˋ
	-ำ (am)	ฝำ	ฝ่ำ	ฝ้ำ
		fam ˊ	fam ˇ	fam ˋ
	เ-า (ao)	เฝา	เฝ่า	เฝ้า
		fao ˊ	fao ˇ	fao ˋ

❷ 基本拼音＋配對母音＋聲調

●配對母音的短音，一律發第一聲。

子音＋母音		短音一聲	長音四聲	長音一聲	長音二聲
ฝ (f)	-ะ / -า (a / ā)	ฝะ	ฝา	ฝ่า	ฝ้า
		fa ˇ	fā ˊ	fā ˇ	fā ˋ
	-ิ / -ี (i / ī)	ฝิ	ฝี	ฝี่	ฝี้
		fi ˇ	fī ˊ	fī ˇ	fī ˋ
	เ-ะ / เ- (e / ē)	เฝะ	เฝ	เฝ่	เฝ้
		fe ˇ	fē ˊ	fē ˇ	fē ˋ
	แ-ะ / แ- (ɛ / ɛ̄)	แฝะ	แฝ	แฝ่	แฝ้
		fɛ ˇ	fɛ̄ ˊ	fɛ̄ ˇ	fɛ̄ ˋ
	เ-าะ / -อ (ɔ / ɔ̄)	เฝาะ	ฝอ	ฝ่อ	ฝ้อ
		fɔ ˇ	fɔ̄ ˊ	fɔ̄ ˇ	fɔ̄ ˋ
	โ-ะ / โ- (o / ō)	โฝะ	โฝ	โฝ่	โฝ้
		fo ˇ	fō ˊ	fō ˇ	fō ˋ

❸ 基本拼音＋清尾音น/ง

●依聲調符號發音。
無聲調符號者，一律發第四聲。

042

清尾音 / 子音＋母音	น (n)			ง (ng)		
ฝะ (fa ˇ)	ฝัน	ฝั่น	ฝั้น	ฝัง	ฝั่ง	ฝั้ง
	fan ˊ	fan ˇ	fan ˋ	fang ˊ	fang ˇ	fang ˋ
ฝา (fā ˊ)	ฝาน	ฝ่าน	ฝ้าน	ฝาง	ฝ่าง	ฝ้าง
	fān ˊ	fān ˇ	fān ˋ	fāng ˊ	fāng ˇ	fāng ˋ

清尾音 子音＋母音	น (n)			ง (ng)		
ฝิ	ฝิน	ฝิ่น	ฝิ้น	ฝิง	ฝิ่ง	ฝิ้ง
(fi ˇ)	fin ˊ	fin ˇ	fin ˋ	fing ˊ	fing ˇ	fing ˋ
ฝี	ฝีน	ฝี่น	ฝี้น	ฝีง	ฝี่ง	ฝี้ง
(fī ˊ)	fīn ˊ	fīn ˇ	fīn ˋ	fīng ˊ	fīng ˇ	fīng ˋ
เฝะ	เฝ็น	×	×	เฝ็ง	×	×
(fe ˇ)	fen ˊ			feng ˊ		
เฝ	เฝน	เฝ่น	เฝ้น	เฝง	เฝ่ง	เฝ้ง
(fē ˊ)	fēn ˊ	fēn ˇ	fēn ˋ	fēng ˊ	fēng ˇ	fēng ˋ
แฝะ	แฝ็น	×	×	แฝ็ง	×	×
(fɛ ˇ)	fɛn ˊ			fɛng ˊ		
แฝ	แฝน	แฝ่น	แฝ้น	แฝง	แฝ่ง	แฝ้ง
(fɛ̄ ˊ)	fɛ̄n ˊ	fɛ̄n ˇ	fɛ̄n ˋ	fɛ̄ng ˊ	fɛ̄ng ˇ	fɛ̄ng ˋ
ฝอ	ฝอน	ฝ่อน	ฝ้อน	ฝอง	ฝ่อง	ฝ้อง
(fɔ̄ ˊ)	fɔ̄n ˊ	fɔ̄n ˇ	fɔ̄n ˋ	fɔ̄ng ˊ	fɔ̄ng ˇ	fɔ̄ng ˋ
โฝะ	ฝน	ฝ่น	ฝ้น	ฝง	ฝ่ง	ฝ้ง
(fo ˇ)	fon ˊ	fon ˇ	fon ˋ	fong ˊ	fong ˇ	fong ˋ
โฝ	โฝน	โฝ่น	โฝ้น	โฝง	โฝ่ง	โฝ้ง
(fō ˊ)	fōn ˊ	fōn ˇ	fōn ˋ	fōng ˊ	fōng ˇ	fōng ˋ

❹ 基本拼音＋濁尾音

●無聲調符號，一律發第一聲。

子音＋母音	ก (k) ก / ข	ด (t) จ / ด / ต / ฎ / ฏ / ฐ	บ (p) บ / ป
ฝะ (fa ˇ)	ฝัก fak ˇ	ฝัด fat ˇ	ฝับ fap ˇ
ฝา (fā ˊ)	ฝาก fāk ˇ	ฝาด fāt ˇ	ฝาบ fāp ˇ
ฝิ (fi ˇ)	ฝิก fik ˇ	ฝิด fit ˇ	ฝิบ fip ˇ
ฝี (fī ˊ)	ฝีก fīk ˇ	ฝีด fīt ˇ	ฝีบ fīp ˇ
เฝะ (fe ˇ)	เฝ็ก fek ˇ	เฝ็ด fet ˇ	เฝ็บ fep ˇ
เฝ (fē ˊ)	เฝก fēk ˇ	เฝด fēt ˇ	เฝบ fēp ˇ
แฝ (fɛ̄ ˊ)	แฝก fɛ̄k ˇ	แฝด fɛ̄t ˇ	แฝบ fɛ̄p ˇ
ฝอ (fɔ̄ ˊ)	ฝอก fɔ̄k ˇ	ฝอด fɔ̄t ˇ	ฝอบ fɔ̄p ˇ
โฝะ (fo ˇ)	ฝก fok ˇ	ฝด fot ˇ	ฝบ fop ˇ
โฝ (fō ˊ)	โฝก fōk ˇ	โฝด fōt ˇ	โฝบ fōp ˇ

例字 ◀043

泰文	拼音	中文
ฐาน	tān ˊ	壇、座 名
ฝา	fā ˊ	蓋子 名
ฝน	fon ˊ	雨 名
➡ ฝนตก	fon ˊ dok ˇ	下雨
➡ ตากฝน	dāk ˇ fon ˊ	淋雨
ฝาก	fāk ˇ	寄存 動
➡ ฝากของ	fāk ˇ kɔ̄ng ˊ	寄存物品
➡ ของฝาก	kɔ̄ng ˊ fāk ˇ	禮物
ฝัน	fan ˊ	做夢 動
➡ ฝันดี	fan ˊ dhī	好夢、美夢
แกะ	gɛ ˇ	綿羊 名
แก	gɛ̄	你（稱呼晚輩或親近的朋友） 代
แก่	gɛ̄ ˇ	年老的 形
แกง	gɛ̄ng	羹湯 名
แดง	dhɛ̄ng	紅的 形
แปด	bɛ̄t ˇ	八（๘） 數
แขก	kɛ̄k ˇ	客人 名

泰文	拼音	中文
แต่	dɛ̄ ˇ	但是 連
แขน	kɛ̄n ˊ	手臂 名
➡ ต้นแขน	don ˋ kɛ̄n ˊ	上臂
แข็ง	kɛng ˊ	硬的 形
➡ ปากแข็ง	bāk ˇ kɛng ˊ	嘴硬
อิฐ	it ˇ	磚頭 名
เฝ้า	fao ˋ	看、守 動
➡ เฝ้าบ้าน	fao ˋ bhān ˋ	看家
กฐิน	ga ˇ tin ˊ	迦絺納衣 名 ※功德衣，比丘和比丘尼在安居結束後可受得的衣服。

高子音 5/11

044

發音 tɔ̄ˊ 羅馬拼音/尾音 t/t

例字

ถุง 袋子

tungˊ

ถ ถ ถ ถ ถ ถ ถ

ถ ถ ถ ถ ถ ถ ถ

ถ 是泰語字母中，屬於高音組的字母，發音為 t；ถุง (tungˊ) 是它的例字，為「袋子」的意思。本字母若為尾音，則發音為 t，屬濁尾音。本字母與 ฐ.ฐาน 同音。

母音

羅馬拼音 短音母音 u

母音 17/32

位置 子音的下方 →

例 ด + ◌ุ = ดุ

dh u dhuˇ

◌ุ

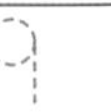

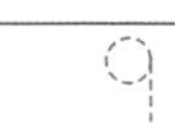

◌ุ

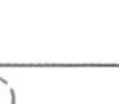

羅馬拼音 長音母音 ū

母音 18/32

位置 子音的下方 → 子音 ู

例 ถ + -ู = ถู

t ū tū ˊ

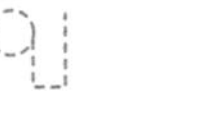

母音 -ุ 和 -ู 是一組配對母音。 -ุ 發短音 u； -ู 發長音ū，書寫位置在子音的下方。

配對母音 -ุ 和 -ู

母音 -ุ 和 -ู 是一組配對母音，書寫位置在子音的下方。-ุ 發短音 u，-ู 發長音 ū。

◎ 範例：

ถ (t) + -ู (ū) = ถู (tū ˊ)

ถ (t) + -อ (ɔ̄) + น (n) = ถอน (tɔ̄n ˊ)

ถ (t) + -ุ (u) + ง (ng) = ถุง (tung ˊ)

拼音練習

045

❶ 基本拼音＋短母音ไ (ai) / ใ (ai) / เ-า (ao) / -ำ (am)＋聲調

子音＋母音		短音四聲	短音一聲	短音二聲
ถ (t)	ไ- / ใ- (ai)	ไถ	ไถ่	ไถ้
		tai ˊ	tai ˇ	tai ˋ
	-ำ (am)	ถำ	ถ่ำ	ถ้ำ
		tam ˊ	tam ˇ	tam ˋ
	เ-า (ao)	เถา	เถ่า	เถ้า
		tao ˊ	tao ˇ	tao ˋ

❷ 基本拼音＋配對母音＋聲調

●配對母音的短音，一律發第一聲。

子音＋母音		短音一聲	長音四聲	長音一聲	長音二聲
ถ (t)	-ะ / -า (a / ā)	ถะ	ถา	ถ่า	ถ้า
		ta ˇ	tā ˊ	tā ˇ	tā ˋ
	-ิ / -ี (i / ī)	ถิ	ถี	ถี่	ถี้
		ti ˇ	tī ˊ	tī ˇ	tī ˋ
	เ-ะ / เ- (e / ē)	เถะ	เถ	เถ่	เถ้
		te ˇ	tē ˊ	tē ˇ	tē ˋ
	แ-ะ / แ- (ɛ / ɛ̄)	แถะ	แถ	แถ่	แถ้
		tɛ ˇ	tɛ̄ ˊ	tɛ̄ ˇ	tɛ̄ ˋ
	เ-าะ / -อ (ɔ / ɔ̄)	เถาะ	ถอ	ถ่อ	ถ้อ
		tɔ ˇ	tɔ̄ ˊ	tɔ̄ ˇ	tɔ̄ ˋ

子音+母音		短音一聲	長音四聲	長音一聲	長音二聲
ถ (t)	โ-ะ/ โ- (o / ō)	โถะ	โถ	โถ่	โถ้
		to ˇ	tō ˊ	tō ˇ	tō ˋ
	-ุ / -ู (u / ū)	ถุ	ถู	ถู่	ถู้
		tu ˇ	tū ˊ	tū ˇ	tū ˋ

③ 清尾音

●依聲調符號發音，注意高音字母未寫聲調符號意指第四聲。 046

清尾音 / 基本拼音	น (n)			ง (ng)		
ถะ (ta ˇ)	ถัน	ถั่น	ถั้น	ถัง	ถั่ง	ถั้ง
	tan ˊ	tan ˇ	tan ˋ	tang ˊ	tang ˇ	tang ˋ
ถา (tā ˊ)	ถาน	ถ่าน	ถ้าน	ถาง	ถ่าง	ถ้าง
	tān ˊ	tān ˇ	tān ˋ	tāng ˊ	tāng ˇ	tāng ˋ
ถิ (ti ˇ)	ถิน	ถิ่น	ถิ้น	ถิง	ถิ่ง	ถิ้ง
	tin ˊ	tin ˇ	tin ˋ	ting ˊ	ting ˇ	ting ˋ
ถี (tī ˊ)	ถีน	ถี่น	ถี้น	ถีง	ถี่ง	ถี้ง
	tīn ˊ	tīn ˇ	tīn ˋ	tīng ˊ	tīng ˇ	tīng ˋ
เถ (tē ˊ)	เถน	เถ่น	เถ้น	เถง	เถ่ง	เถ้ง
	tēn ˊ	tēn ˇ	tēn ˋ	tēng ˊ	tēng ˇ	tēng ˋ
แถ (tɛ̄ ˊ)	แถน	แถ่น	แถ้น	แถง	แถ่ง	แถ้ง
	tɛ̄n ˊ	tɛ̄n ˇ	tɛ̄n ˋ	tɛ̄ng ˊ	tɛ̄ng ˇ	tɛ̄ng ˋ
ถอ (tɔ̄ ˊ)	ถอน	ถ่อน	ถ้อน	ถอง	ถ่อง	ถ้อง
	tɔ̄n ˊ	tɔ̄n ˇ	tɔ̄n ˋ	tɔ̄ng ˊ	tɔ̄ng ˇ	tɔ̄ng ˋ

清尾音 / 基本拼音	น (n)			ง (ng)		
โถะ (to ˇ)	ถน	ถ่น	ถ้น	ถง	ถ่ง	ถ้ง
	ton ˊ	ton ˇ	ton ˋ	tong ˊ	tong ˇ	tong ˋ
โถ (tō ˊ)	โถน	โถ่น	โถ้น	โถง	โถ่ง	โถ้ง
	tōn ˊ	tōn ˇ	tōn ˋ	tōng ˊ	tōng ˇ	tōng ˋ
ถุ (tu ˇ)	ถุน	ถุ่น	ถุ้น	ถุง	ถุ่ง	ถุ้ง
	tun ˊ	tun ˇ	tun ˋ	tung ˊ	tung ˇ	tung ˋ
ถู (tū ˊ)	ถูน	ถู่น	ถู้น	ถูง	ถู่ง	ถู้ง
	tūn ˊ	tūn ˇ	tūn ˋ	tūng ˊ	tūng ˇ	tūng ˋ

④ 濁尾音 ●無聲調符號，一律發第一聲。

濁尾音 / 基本拼音	ก (k) ก / ข	ด (t) จ / ด / ต / ฎ / ฏ / ถ / ฐ	บ (p) บ / ป
ถะ (ta ˇ)	ถัก	ถัด	ถับ
	tak ˇ	tat ˇ	tap ˇ
ถา (tā ˊ)	ถาก	ถาด	ถาบ
	tāk ˇ	tāt ˇ	tāp ˇ
ถิ (ti ˇ)	ถิก	ถิด	ถิบ
	tik ˇ	tit ˇ	tip ˇ
ถี (tī ˊ)	ถีก	ถีด	ถีบ
	tīk ˇ	tīt ˇ	tīp ˇ
เถ (tē ˊ)	เถก	เถด	เถบ
	tēk ˇ	tēt ˇ	tēp ˇ

濁尾音 / 基本拼音	ก (k) ก / ข	ด (t) จ / ด / ต / ฎ / ฏ / ถ / ฐ	บ (p) บ / ป
แถ (tɛ ˊ)	แถก	แถด	แถบ
	tɛ̄k ˇ	tɛ̄t ˇ	tɛ̄p ˇ
ถอ (tɔ̄ ˊ)	ถอก	ถอด	ถอบ
	tɔ̄k ˇ	tɔ̄t ˇ	tɔ̄p ˇ
โถะ (to ˇ)	ถก	ถด	ถบ
	tok ˇ	tot ˇ	top ˇ
โถ (tō ˊ)	โถก	โถด	โถบ
	tōk ˇ	tōt ˇ	tōp ˇ
ถุ (tu ˇ)	ถุก	ถุด	ถุบ
	tuk ˇ	tut ˇ	tup ˇ
ถู (tū ˊ)	ถูก	ถูด	ถูบ
	tūk ˇ	tūt ˇ	tūp ˇ

例 字

047

泰文	拼音	中文
ถุง	tung ˊ	袋子 名
➡ เอาถุง	ao tung ˊ	要袋子
ถู	tū ˊ	擦、抹、塗 動
➡ ถูบ้าน	tū ˊ bhān ˋ	擦地
ปู	bū	螃蟹 名

➥ กินปู	gin bū	吃螃蟹
ปู่	bū ˇ	爺爺 名
➥ ปู่กับตา	bū ˇ gap ˇ dā	爺爺與外公
กุ้ง	gung ˋ	蝦子 名
➥ ปูกับกุ้ง	bū gap ˇ gung ˋ	螃蟹與蝦子
ถอน	tɔ̄n ˊ	拔、撤回 動
แถม	tɛ̄m ˊ	附贈 動 形
➥ แถมจานเจ็ดใบ	tɛ̄m ˊ jān jet ˇ bhai	附贈七個盤子
➥ ของแถม	kɔ̄ng ˊ tɛ̄m ˊ	贈品
ดู	dhū	看 動
➥ ดู TV	dhū tī wī	看電視
➥ เด็กดูไก่	dhek ˇ dhū gai ˇ	小朋友看雞
➥ ดูก่อน	dhū gɔ̄n ˇ	先看看再說
ดุ	dhu ˇ	1. 責罵 動 2. 兇的 形
➥ ตาดุเขา	dā dhu ˇ kao ˊ	外公責罵他
➥ ตาของเขาดุจัง	dā kɔ̄ng ˊ kao ˊ dhu ˇ jang	他的外公非常兇
ถูก	tūk ˇ	1. 被… 介 2. 便宜的 形 3. 正確的、對的 形

➥ เขาถูกตาตี	kao ˊ tūk ˇ dā dī	他被外公打
➥ ของถูก	kɔ̄ng ˊ tūk ˇ	便宜的東西
➥ ถูกต้อง	tūk ˇ dɔ̄ng ˋ	正確的
ถ้า	tā ˋ	如果 連
➥ ถ้าฝนตก	tā ˋ fon ˊ dok ˇ	如果下雨
ตู้	dū ˋ	櫃子 名
➥ ตู้ปลา	dū ˋ blā	魚缸
อุ่น	un ˇ	1. 溫暖的 形 2. 加熱 動
➥ อบอุ่น	op ˇ un ˇ	溫暖的
➥ เอาไปอุ่น	ao bai un ˇ	拿去加熱
ตุ๋น	dun ˊ	蒸、燉 動 形
➥ ไข่ตุ๋น	kai ˇ dun ˊ	蒸蛋
เถ้าแก่	tao ˋ gɛ̄ ˇ	老闆 名
ตุ๊กตุ๊ก	duk~ duk~	嘟嘟車 名
ไต้ฝุ่น	dai ˋ fun ˇ	颱風 名
อูฐ	ūt ˇ	駱駝 名

高子音 6/11

048

發音 chɔ̌ˊ **羅馬拼音/尾音** ch/-

例字

ฉิ่ง 鈸
ching ˇ

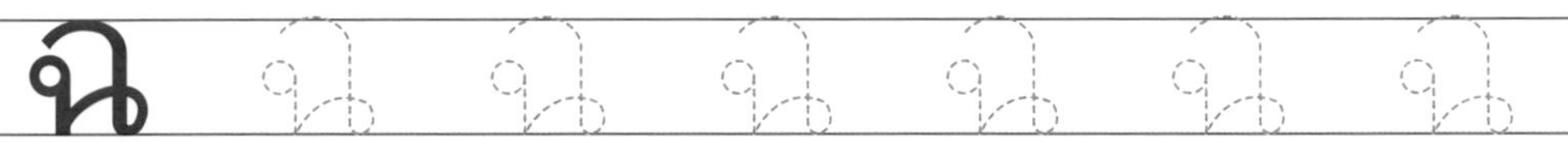

ฉ 是泰語字母中，屬於高音組的字母，發音為 ch；ฉิ่ง（ching ˇ）是它的例字，「鈸」的意思。本字母不會當尾音使用。

拼音練習

049

❶ 基本拼音+短母音ไ (ai) / ใ (ai) / เ-า (ao) / -ำ (am)+聲調

子音+母音		短音四聲	短音一聲	短音二聲
ฉ (ch)	ไ- / ใ- (ai)	ไฉ chai ˊ	ไฉ่ chai ˇ	ไฉ้ chai ˋ
	-ำ (am)	ฉำ cham ˊ	ฉ่ำ cham ˇ	ฉ้ำ cham ˋ
	เ-า (ao)	เฉา chao ˊ	เฉ่า chao ˇ	เฉ้า chao ˋ

❷ 基本拼音＋配對母音＋聲調

●配對母音的短音，一律發第一聲。

子音＋母音		短音一聲	長音四聲	長音一聲	長音二聲
ฉ (ch)	-ะ / -า (a / ā)	ฉะ	ฉา	ฉ่า	ฉ้า
		cha ˇ	chā ˊ	chā ˇ	chā ˋ
	-ิ / -ี (i / ī)	ฉิ	ฉี	ฉี่	ฉี้
		chi ˇ	chī ˊ	chī ˇ	chī ˋ
	เ-ะ / เ- (e / ē)	เฉะ	เฉ	เฉ่	เฉ้
		che ˇ	chē ˊ	chē ˇ	chē ˋ
	แ-ะ / แ- (ɛ / ɛ̄)	แฉะ	แฉ	แฉ่	แฉ้
		chɛ ˇ	chɛ̄ ˊ	chɛ̄ ˇ	chɛ̄ ˋ
	เ-าะ / -อ (ɔ / ɔ̄)	เฉาะ	ฉอ	ฉ่อ	ฉ้อ
		chɔ ˇ	chɔ̄ ˊ	chɔ̄ ˇ	chɔ̄ ˋ
	โ-ะ / โ- (o / ō)	โฉะ	โฉ	โฉ่	โฉ้
		cho ˇ	chō ˊ	chō ˇ	chō ˋ
	-ุ / -ู (u / ū)	ฉุ	ฉู	ฉู่	ฉู้
		chu ˇ	chū ˊ	chū ˇ	chū ˋ

❸ 基本拼音＋清尾音 / 濁尾音

尾音 / 基本拼音	清尾音		濁尾音		
	น (n)	ง (ng)	ก (k) ก / ข	ด (t) ด / ต / จ / ฎ ฏ / ถ / ฐ	บ (p) บ / ป
ฉะ (cha ˇ)	ฉัน	ฉัง	ฉัก	ฉัด	ฉับ
	chan ˊ	chang ˊ	chak ˇ	chat ˇ	chap ˇ

尾音 / 基本拼音	清尾音		濁尾音		
	น (n)	ง (ng)	ก (k) ก / ข	ด (t) ด / ต / จ / ฎ ฏ / ถ / ฐ	บ (p) บ / ป
ฉา (chā ˊ)	ฉาน chān ˊ	ฉาง chāng ˊ	ฉาก chāk ˇ	ฉาด chāt ˇ	ฉาบ chāp ˇ
ฉิ (chi ˇ)	ฉิน chin ˊ	ฉิง ching ˊ	ฉิก chik ˇ	ฉิด chit ˇ	ฉิบ chip ˇ
ฉี (chī ˊ)	ฉีน chīn ˊ	ฉีง chīng ˊ	ฉีก chīk ˇ	ฉีด chīt ˇ	ฉีบ chīp ˇ
เฉ (chē ˊ)	เฉน chēn ˊ	เฉง chēng ˊ	เฉก chēk ˇ	เฉด chēt ˇ	เฉบ chēp ˇ
แฉ (chɛ̄ ˊ)	แฉน chɛ̄n ˊ	แฉง chɛ̄ng ˊ	แฉก chɛ̄k ˇ	แฉด chɛ̄t ˇ	แฉบ chɛ̄p ˇ
ฉุ (chu ˇ)	ฉุน chun ˊ	ฉุง chung ˊ	ฉุก chuk ˇ	ฉุด chut ˇ	ฉุบ chup ˇ
ฉู (chū ˊ)	ฉูน chūn ˊ	ฉูง chūng ˊ	ฉูก chūk ˇ	ฉูด chūt ˇ	ฉูบ chūp ˇ
ฉอ (chɔ̄ ˊ)	ฉอน chɔ̄n ˊ	ฉอง chɔ̄ng ˊ	ฉอก chɔ̄k ˇ	ฉอด chɔ̄t ˇ	ฉอบ chɔ̄p ˇ
โฉะ (cho ˇ)	ฉน chon ˊ	ฉง chong ˊ	ฉก chok ˇ	ฉด chot ˇ	ฉบ chop ˇ

基本拼音 \ 尾音	清尾音		濁尾音		
	น (n)	ง (ng)	ก (k) ก / ข	ด (t) ด / ต / จ / ฎ ฏ / ถ / ฐ	บ (p) บ / ป
โฉ (chō ˊ)	โฉน	โฉง	โฉก	โฉด	โฉบ
	chōn ˊ	chōng ˊ	chōk ˇ	chōt ˇ	chōp ˇ

例字

泰文	拼音	中文
ฉิ่ง	ching ˇ	鈸 名
ฉัน	chan ˊ	我（女性自稱） 代
อิจฉา	it ˇ chā ˊ	羨慕、嫉妒 動

高子音 7/11

050

ห

發音 hɔ̄ˊ 羅馬拼音/尾音

例字 h/-

หีบ 箱子
hīpˇ

ห ห

ห 是泰語字母中，屬於高音組的字母，發音為 h，หีบ (hīpˇ) 是它的例字，為「箱子」的意思。不會當尾音使用。

母音

羅馬拼音 短音母音 ə

母音 19/32

位置 子音的兩邊 → เ 子音 อะ

例 ฉ + เ-อะ = เฉอะ
ch ə chəˇ

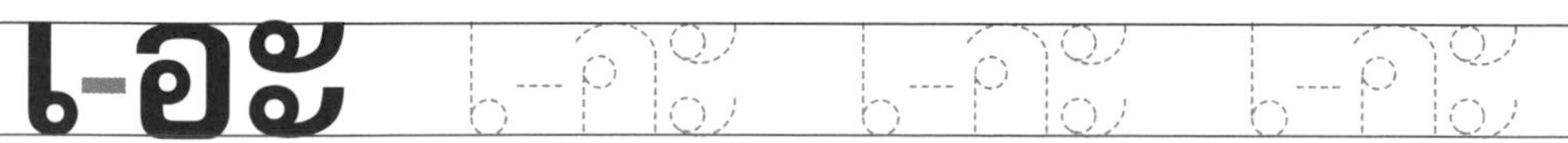

เ-อะ

เ-อะ

母音

羅馬拼音 長音母音 ə̄

母音 20/32

位置 子音的兩邊 → เ 子音 อ

例 จ + เ-อ = เจอ
j ə̄ jə̄

เ-อ

เ-อ

母音 เ-อะ 和 เ-อ 是一組配對母音。เ-อะ 發短音 ə；เ-อ 發長音的 ə̄ 音。

變形母音 ⑥ เ-อ → เ-ิ 051

長音母音 เ-อ 若後接尾音，寫法改為 เ-ิ。

◎ 範例：

ก (g) + เ-อ (ə̄) + น (n) = เกิน (gə̄n)

ด (dh) + เ-อ (ə̄) + น (n) = เดิน (dhə̄n)

ข (k) + เ-อ (ə̄) + น (n) = เขิน (kə̄n ˊ)

ป (b) + เ-อ (ə̄) + ด (t) = เปิด (bə̄t ˇ)

ก (g) + เ-อ (ə̄) + ด (t) = เกิด (gə̄t ˇ)

拼音練習 052

❶ 基本拼音＋短母音ไ (ai) / ใ (ai) / เ-า (ao) / -ำ (am)＋聲調

子音＋母音		短音四聲	短音一聲	短音二聲
ห (h)	ไ- / ใ- (ai)	ไห hai ˊ	ไห่ hai ˇ	ให้ hai ˋ
	-ำ (am)	หำ ham ˊ	ห่ำ ham ˇ	ห้ำ ham ˋ
	เ-า (ao)	เหา hao ˊ	เห่า hao ˇ	เห้า hao ˋ

❷ 基本拼音＋配對母音＋聲調

●配對母音的短音，一律發第一聲。

子音＋母音		短音一聲	長音四聲	長音一聲	長音二聲
ห (h)	-ะ / -า (a / ā)	หะ ha ˇ	หา hā ˊ	ห่า hā ˇ	ห้า hā ˋ
	-ุ / -ู (u / ū)	หุ hu ˇ	หู hū ˊ	หู่ hū ˇ	หู้ hū ˋ
	เ-ะ / เ- (e / ē)	เหะ he ˇ	เห hē ˊ	เห่ hē ˇ	เห้ hē ˋ
	เ-อะ / เ-อ (ə / ə̄)	เหอะ hə ˇ	เหอ hə̄ ˊ	เห่อ hə̄ ˇ	เห้อ hə̄ ˋ
	เ-าะ / -อ (ɔ / ɔ̄)	เหาะ hɔ ˇ	หอ hɔ̄ ˊ	ห่อ hɔ̄ ˇ	ห้อ hɔ̄ ˋ

子音＋母音		短音一聲	長音四聲	長音一聲	長音二聲
ห (h)	แ-ะ / แ- (ɛ / ɛ̄)	แหะ	แห	แห่	แห้
		hɛ ˇ	hɛ̄ ˊ	hɛ̄ ˇ	hɛ̄ ˋ
	โ-ะ / โ- (o / ō)	โหะ	โห	โห่	โห้
		ho ˇ	hō ˊ	hō ˇ	hō ˋ

❸ 基本拼音＋清尾音 / 濁尾音

053

尾音 / 基本拼音	清尾音		濁尾音		
	น (n)	ง (ng)	ก (k) ก / ข	ด (t) ด / ต / จ / ฎ ฏ / ถ / ฐ	บ (p) บ / ป
หะ (ha ˇ)	หัน	หัง	หัก	หัด	หับ
	han ˊ	hang ˊ	hak ˇ	hat ˇ	hap ˇ
หา (hā ˊ)	หาน	หาง	หาก	หาด	หาบ
	hān ˊ	hāng ˊ	hāk ˇ	hāt ˇ	hāp ˇ
หุ (hu ˇ)	หุน	หุง	หุก	หุด	หุบ
	hun ˊ	hung ˊ	huk ˇ	hut ˇ	hup ˇ
หู (hū ˊ)	หูน	หูง	หูก	หูด	หูบ
	hūn ˊ	hūng ˊ	hūk ˇ	hūt ˇ	hūp ˇ
เหะ (he ˇ)	เห็น	เห็ง	เห็ก	เห็ด	เห็บ
	hen ˊ	heng ˊ	hek ˇ	het ˇ	hep ˇ
เห (hē ˊ)	เหน	เหง	เหก	เหด	เหบ
	hēn ˊ	hēng ˊ	hēk ˇ	hēt ˇ	hēp ˇ

基本拼音 \ 尾音	清尾音		濁尾音		
	น (n)	ง (ng)	ก (k) ก / ข	ด (t) ด / ต / จ / ฎ ฏ / ถ / ฐ	บ (p) บ / ป
แหะ (hɛ ˇ)	แห็น	แห็ง	แห็ก	แห็ด	แห็บ
	hɛn ˊ	hɛng ˊ	hɛk ˇ	hɛt ˇ	hɛp ˇ
แห (hɛ̄ ˊ)	แหน	แหง	แหก	แหด	แหบ
	hɛ̄n ˊ	hɛ̄ng ˊ	hɛ̄k ˇ	hɛ̄t ˇ	hɛ̄p ˇ
หอ (hɔ̄ ˊ)	หอน	หอง	หอก	หอด	หอบ
	hɔ̄n ˊ	hɔ̄ng ˊ	hɔ̄k ˇ	hɔ̄t ˇ	hɔ̄p ˇ
โหะ (ho ˇ)	หน	หง	หก	หด	หบ
	hon ˊ	hong ˊ	hok ˇ	hot ˇ	hop ˇ
โห (hō ˊ)	โหน	โหง	โหก	โหด	โหบ
	hōn ˊ	hōng ˊ	hōk ˇ	hōt ˇ	hōp ˇ
เหอ (hə̄ ˊ)	เหิน	เหิง	เหิก	เหิด	เหิบ
	hə̄n ˊ	hə̄ng ˊ	hə̄k ˇ	hə̄t ˇ	hə̄p ˇ

例字

054

泰文	拼音	中文
หีบ	hīp ˇ	箱子 名
ห้า	hā ˋ	五 (๕) 數
หก	hok ˇ	六 (๖) 數

泰文	拼音	中文
เจอ	jə	見、遇 動
➥ เจอกัน	jə gan	見面
หา	hā ˊ	找 動
➥ หาเจอ	hā ˊ jə	找到
➥ ไปหาเขา	bai hā ˊ kao ˊ	去找他
หู	hū ˊ	耳朵 名
ให้	hai ˋ	1. 給與 動 2. 叫、讓 動
➥ เอาไปให้ปู่กิน	ao bai hai ˋ bū ˇ gin	拿去給爺爺吃
➥ ให้ไอติม (กับ/แก่) เขา	hai ˋ ai dim (gap ˇ /gɛ ˇ) kao ˊ	給（予）他冰淇淋
➥ ให้เขาไปเอาปากกา	hai ˋ kao ˊ bai ao bāk ˇ gā	叫他去拿筆
➥ ให้เขากินไข่ไก่บ้าง	hai ˋ kao ˊ gin kai ˇ gai ˇ bhāng ˋ	叫他吃些雞蛋
แห้ง	hɛ̄ng ˋ	乾的 形
➥ กุ้งแห้ง	gung ˋ hɛ̄ng ˋ	蝦米

泰文	拼音	中文
เดิน	dhən	走 動
➥ เดินไปเดินมา	dhən bai dhən mā	走來走去
ห้าง	hāng ˋ	百貨公司 名
➥ เดินห้าง	dhən hāng ˋ	逛百貨公司
ห้าม	hām ˋ	禁止 動
➥ ห้ามเข้า	hām ˋ kao ˋ	禁止進入
ห้อง	hɔ̄ng ˋ	房間 名
➥ ห้องเก็บของ	hɔ̄ng ˋ gep ˇ kɔ̄ng ˊ	儲藏室
หาก	hāk ˇ	假如 連
➥ หากฉันไป เขาก็จะดีใจ	hāk ˇ chan ˊ bai kao ˊ gɔ ˋ ja ˇ dhī jai	如果我去的話，他就會高興。
เปิด	bə̄t ˇ	開 動
ปิด	bit ˇ	關 動
เขิน	kən ˊ	尷尬害羞 動
เฉอะแฉะ	chə ˇ chɛ ˇ	泥濘的 形
เถอะ	tə ˇ	吧！ 感
➥ ไปกันเถอะ	bai gan tə ˇ	一起走吧！

高子音 8/11

055

發音 pɔ̄ˊ 羅馬拼音/尾音

例字 p/-

ผึ้ง 蜜蜂
pœngˋ

ผ ผ ผ ผ ผ ผ ผ

ผ ผ ผ ผ ผ ผ ผ

ผ 是泰語字母中，屬於高音組的字母，發音為 p；ผึ้ง (pœngˋ) 是它的例字，為「蜜蜂」的意思。本字母不會當尾音使用。

母音

羅馬拼音 短音母音 œ

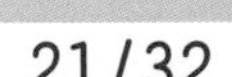

位置 子音的上方 → 子音

例 อ + -ึ = อึ
- œ œˇ

母音

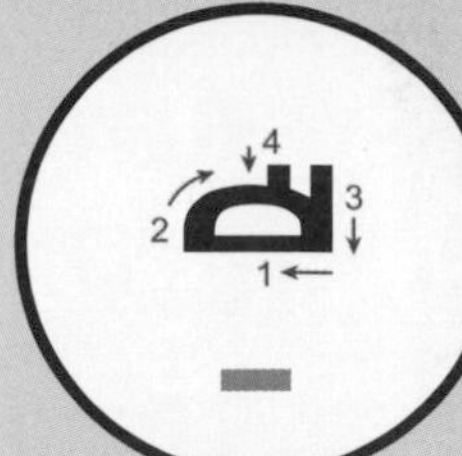

羅馬拼音 長音母音 $\overline{œ}$

位置 子音的上方 → ◌ื

例 ถ + ◌ื = ถือ
t $\overline{œ}$ t$\overline{œ}$ˊ

母音 22/32

母音 ◌ึ 和 ◌ื(อ) 是一組配對母音，是泰語中較特別的發音，在中文沒有這個音，發音接近音標的 œ 音。發音時，嘴形只須微開成一條縫，呈細長的一字型，舌面稍微往上移動，發出 ə 音。◌ึ 發短音 œ；◌ื (อ) 發長音 $\overline{œ}$。與前一課的 เ-อะ 和 เ-อ (ə / $\overline{ə}$) 發音類似。

關於《◌ื》

母音 ◌ื(อ) 的寫法比較特殊，當它不接尾音時，要加一個不發音的 อ；若有尾音的話，就直接寫母音 ◌ื，不用加 อ。

◎ 範例：

(無尾音) ถ (t) + ◌ื(อ) ($\overline{œ}$) + 無尾音 = ถือ (t$\overline{œ}$ˊ)

(有尾音) ป (b) + ◌ื(อ) ($\overline{œ}$) + น (n) = ปืน (b$\overline{œ}$n)

拼音練習 057

❶ 基本拼音＋短母音ไ (ai) / ใ (ai) / เ-า (ao) / -ำ (am)＋聲調

子音＋母音		短音四聲	短音一聲	短音二聲
ผ (p)	ไ- / ใ- (ai)	ไผ	ไผ่	ไผ้
		pai ˊ	pai ˇ	pai ˋ
	-ำ (am)	ผำ	ผ่ำ	ผ้ำ
		pam ˊ	pam ˇ	pam ˋ
	เ-า (ao)	เผา	เผ่า	เผ้า
		pao ˊ	pao ˇ	pao ˋ

❷ 基本拼音＋配對母音＋聲調 ●配對母音的短音，一律發第一聲。

子音＋母音		短音一聲	長音四聲	長音一聲	長音二聲
ผ (p)	-ะ / -า (a / ā)	ผะ	ผา	ผ่า	ผ้า
		pa ˇ	pā ˊ	pā ˇ	pā ˋ
	-ิ / -ี (i / ī)	ผิ	ผี	ผี่	ผี้
		pi ˇ	pī ˊ	pī ˇ	pī ˋ
	-ึ / -ือ (œ / œ̄)	ผึ	ผือ	ผื่อ	ผื้อ
		pœ ˇ	pœ̄ ˊ	pœ̄ ˇ	pœ̄ ˋ
	-ุ / -ู (u / ū)	ผุ	ผู	ผู่	ผู้
		pu ˇ	pū ˊ	pū ˇ	pū ˋ
	เ-ะ / เ- (e / ē)	เผะ	เผ	เผ่	เผ้
		pe ˇ	pē ˊ	pē ˇ	pē ˋ

子音+母音		短音一聲	長音四聲	長音一聲	長音二聲
ผ (p)	แ-ะ / แ- (ɛ / ɛ̄)	แผะ	แผ	แผ่	แผ้
		pɛ ˇ	pɛ̄ ˊ	pɛ̄ ˇ	pɛ̄ ˋ
	เ-าะ / -อ (ɔ / ɔ̄)	เผาะ	ผอ	ผ่อ	ผ้อ
		pɔ ˇ	pɔ̄ ˊ	pɔ̄ ˇ	pɔ̄ ˋ
	โ-ะ / โ- (o / ō)	โผะ	โผ	โผ่	โผ้
		po ˇ	pō ˊ	pō ˇ	pō ˋ

❸ 基本拼音+清尾音 / 濁尾音

058

尾音 / 基本拼音	清尾音		濁尾音		
	น (n)	ง (ng)	ก (k) ก / ข	ด (t) ด / ต / จ / ฎ ฏ / ถ / ฐ	บ (p) บ / ป
ผะ (pa ˇ)	ผัน	ผัง	ผัก	ผัด	ผับ
	pan ˊ	pang ˊ	pak ˇ	pat ˇ	pap ˇ
ผา (pā ˊ)	ผาน	ผาง	ผาก	ผาด	ผาบ
	pān ˊ	pāng ˊ	pāk ˇ	pāt ˇ	pāp ˇ
ผิ (pi ˇ)	ผิน	ผิง	ผิก	ผิด	ผิบ
	pin ˊ	ping ˊ	pik ˇ	pit ˇ	pip ˇ
ผี (pī ˊ)	ผีน	ผีง	ผีก	ผีด	ผีบ
	pīn ˊ	pīng ˊ	pīk ˇ	pīt ˇ	pīp ˇ
ผึ (pœ ˇ)	ผึน	ผึง	ผึก	ผึด	ผึบ
	pœn ˊ	pœng ˊ	pœk ˇ	pœt ˇ	pœp ˇ

尾音 / 基本拼音	清尾音		濁尾音		
	น (n)	ง (ng)	ก (k) ก / ข	ด (t) ด / ต / จ / ฎ ฏ / ถ / ฐ	บ (p) บ / ป
ผือ (pœ ˊ)	ผืน	ผืง	ผืก	ผืด	ผืบ
	pœn ˊ	pœng ˊ	pœk ˇ	pœt ˇ	pœp ˇ
ผุ (pu ˇ)	ผุน	ผุง	ผุก	ผุด	ผุบ
	pun ˊ	pung ˊ	puk ˇ	put ˇ	pup ˇ
ผู (pū ˊ)	ผูน	ผูง	ผูก	ผูด	ผูบ
	pūn ˊ	pūng ˊ	pūk ˇ	pūt ˇ	pūp ˇ
เผ (pē ˊ)	เผน	เผง	เผก	เผด	เผบ
	pēn ˊ	pēng ˊ	pēk ˇ	pēt ˇ	pēp ˇ
เผอ (pə̄ ˊ)	เผิน	เผิง	เผิก	เผิด	เผิบ
	pə̄n ˊ	pə̄ng ˊ	pə̄k ˇ	pə̄t ˇ	pə̄p ˇ
แผ (pɛ̄ ˊ)	แผน	แผง	แผก	แผด	แผบ
	pɛ̄n ˊ	pɛ̄ng ˊ	pɛ̄k ˇ	pɛ̄t ˇ	pɛ̄p ˇ
โผะ (po ˇ)	ผน	ผง	ผก	ผด	ผบ
	pon ˊ	pong ˊ	pok ˇ	pot ˇ	pop ˇ
โผ (pō ˊ)	โผน	โผง	โผก	โผด	โผบ
	pōn ˊ	pōng ˊ	pōk ˇ	pōt ˇ	pōp ˇ

例字

059

泰文	拼音	中文
ผึ้ง	pœng ˋ	蜜蜂 名

泰文	拼音	中文
ผี	pī ˊ	鬼 名
➡ ผีดุ	pī ˊ dhu ˇ	厲鬼
ผ้า	pā ˋ	布 名
➡ ผ้าปูโต๊ะ	pā ˋ bū do~	桌巾
➡ ผ้าถุง	pā ˋ tung ˊ	筒裙（泰國傳統服飾）
ดื่ม	dhœ̄m ˇ	喝 動
ผู้	pū ˋ	者 名
➡ ผู้กำกับ	pū ˋ gamgap ˇ	導演
➡ ผู้ต้องหา	pū ˋ dɔ̄ng ˋ hā ˊ	通緝犯
จืด	jœ̄t ˇ	清淡的 形
➡ แกงจืด	gɛ̄ng jœ̄t ˇ	清湯
ดึก	dhœk ˇ	深夜 名
ตึก	dœk ˇ	大樓、建築物 名
ขึ้น	kœn ˋ	上、登上、往上 動
➡ ขึ้นบันได	kœn ˋ bhan dhai	上樓梯
ถือ	tœ̄ ˊ	提 動
➡ ถือของ	tœ̄ ˊ kɔ̄ng ˊ	提東西

泰文	拼音	中文
ผัก	pak ˇ	青菜 名
➡ ผักบุ้ง	pak ˇ bhung ˋ	空心菜
ผัด	pat ˇ	炒 動
➡ ผักผัด	pak ˇ pat ˇ	炒青菜
ผอม	pɔ̄m ˊ	瘦的 形
ผม	pom ˊ	1. 我（男性自稱） 代 2. 頭髮 名
➡ ตัดผม	dat ˇ pom ˊ	剪頭髮
ผิด	pit ˇ	錯誤的 形
➡ เข้าใจผิด	kao ˋ jai pit ˇ	誤會、誤解
➡ อ่านผิด	ān ˇ pit ˇ	唸錯
อื่น	œ̄n ˇ	其他的 形
➡ ผู้อื่น	pū ˋ œ̄n ˇ	其他人
เผ็ด	pet ˇ	辣的 形
➡ เผ็ดจัง	pet ˇ jang	好辣
เกินไป	gə̄n bai	太過、過多 副
➡ เผ็ดเกินไป	pet ˇ gə̄n bai	太辣
ปืน	bœ̄n	槍 名

高子音 9/11

060

發音 สอ́ 羅馬拼音/尾音

例字 s/t

เสือ 老虎
sœ̄a ́

ส ส

ส ส

ส 是泰語字母中，屬於高音組的字母，發音為 s；เสือ (sœa ́) 是它的例字，為「老虎」的意思。若為尾音，則發音為 t，屬濁尾音。

母音

羅馬拼音 短音母音 œa 母音 23/32

位置 子音的左、上及右方 → เ 子音 อะ

例 ผ + เ-ือะ = เผือะ
p œa pœa ̌

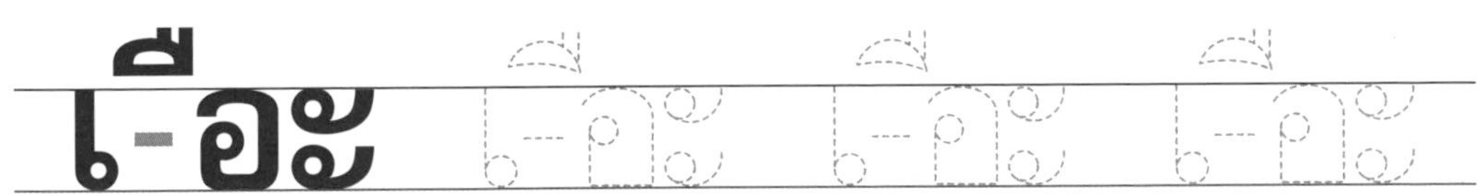

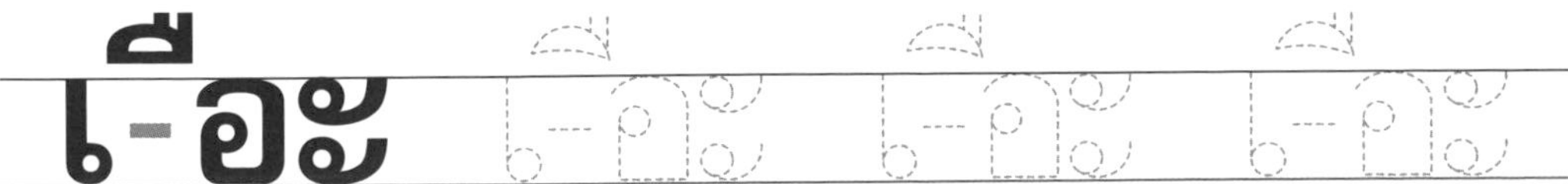

母音

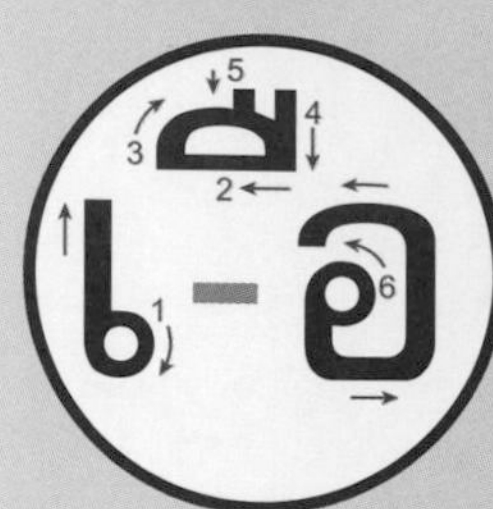

羅馬拼音 長音母音 œ̄a

母音 24/32

位置 子音的左、上及右方 → เ 子音 อ

例 ส + เ-ือ = เสือ

s　œ̄a　sœ̄a ˊ

เ-ือ

เ-ือ

母音 เ-ือะ 和 เ-ือ 是一組配對母音，發音 œa。也就是除了要發 œ 音之外，還要再帶一個 a 的音。a 的音不必太明顯。เ-ือะ 發短音 œa；เ-ือ 發長音 œ̄a。發長音時，把 œ 的音拉長後，再輕輕發出 a 的音。

拼音練習

061

❶ 基本拼音＋短母音ไ (ai) / ใ (ai) / เ-า (ao) / -ำ (am)＋聲調

子音＋母音		短音四聲	短音一聲	短音二聲
ส (s)	ไ- / ใ- (ai)	ใส	ใส่	ไส้
		sai ˊ	sai ˇ	sai ˋ
	-ำ (am)	สำ	ส่ำ	ส้ำ
		sam ˊ	sam ˇ	sam ˋ

子音+母音		短音四聲	短音一聲	短音二聲
ส (s)	เ-า (ao)	เสา	เส่า	เส้า
		sao ˊ	sao ˇ	sao ˋ

❷ 基本拼音+配對母音+聲調

子音+母音		短音一聲	長音四聲	長音一聲	長音二聲
ส (s)	-ะ / -า (a / ā)	สะ	สา	ส่า	ส้า
		sa ˇ	sā ˊ	sā ˇ	sā ˋ
	-ิ / -ี (i / ī)	สิ	สี	สี่	สี้
		si ˇ	sī ˊ	sī ˇ	sī ˋ
	-ึ / -ื (œ / œ̄)	สึ	สือ	สื่อ	สื้อ
		sœ ˇ	sœ̄ ˊ	sœ̄ ˇ	sœ̄ ˋ
	-ุ / -ู (u / ū)	สุ	สู	สู่	สู้
		su ˇ	sū ˊ	sū ˇ	sū ˋ
	เ-ะ / เ- (e / ē)	เสะ	เส	เส่	เส้
		se ˇ	sē ˊ	sē ˇ	sē ˋ
	เ-อะ / เ-อ (ə / ə̄)	เสอะ	เสอ	เส่อ	เส้อ
		sə ˇ	sə̄ ˊ	sə̄ ˇ	sə̄ ˋ
	แ-ะ / แ- (ɛ / ɛ̄)	แสะ	แส	แส่	แส้
		sɛ ˇ	sɛ̄ ˊ	sɛ̄ ˇ	sɛ̄ ˋ
	โ-ะ / โ- (o / ō)	โสะ	โส	โส่	โส้
		so ˇ	sō ˊ	sō ˇ	sō ˋ

❸ 基本拼音＋清尾音／濁尾音 062

尾音 / 基本拼音	清尾音		濁尾音		
	น (n)	ง (ng)	ก (k) ก / ข	ด (t) ด / ต / จ / ฎ ฏ / ถ / ฐ / ส	บ (p) บ / ป
สะ (sa ˇ)	สัน san ˊ	สัง sang ˊ	สัก sak ˇ	สัด sat ˇ	สับ sap ˇ
สา (sā ˊ)	สาน sān ˊ	สาง sāng ˊ	สาก sāk ˇ	สาด sāt ˇ	สาบ sāp ˇ
สิ (si ˇ)	สิน sin ˊ	สิง sing ˊ	สิก sik ˇ	สิด sit ˇ	สิบ sip ˇ
สี (sī ˊ)	สีน sīn ˊ	สีง sīng ˊ	สีก sīk ˇ	สีด sīt ˇ	สีบ sīp ˇ
สึ (sœ ˇ)	สึน sœn ˊ	สึง sœng ˊ	สึก sœk ˇ	สึด sœt ˇ	สึบ sœp ˇ
สือ (sœ̄ ˊ)	สืน sœ̄n ˊ	สืง sœ̄ng ˊ	สืก sœ̄k ˇ	สืด sœ̄t ˇ	สืบ sœ̄p ˇ
สุ (su ˇ)	สุน sun ˊ	สุง sung ˊ	สุข suk ˇ	สุด sut ˇ	สุบ sup ˇ
สู (sū ˊ)	สูน sūn ˊ	สูง sūng ˊ	สูก sūk ˇ	สูด sūt ˇ	สูบ sūp ˇ
เส (sē ˊ)	เสน sēn ˊ	เสง sēng ˊ	เสก sēk ˇ	เสด sēt ˇ	เสบ sēp ˇ

尾音 / 基本拼音	清尾音		濁尾音		
	น (n)	ง (ng)	ก (k) ก / ข	ด (t) ด / ต / จ / ฎ ฏ / ถ / ฐ / ส	บ (p) บ / ป
เสอ (sə̄ ˊ)	เสิน	เสิง	เสิก	เสิด	เสิบ
	sə̄n ˊ	sə̄ng ˊ	sə̄k ˇ	sə̄t ˇ	sə̄p ˇ
แส (sɛ̄ ˊ)	แสน	แสง	แสก	แสด	แสบ
	sɛ̄n ˊ	sɛ̄ng ˊ	sɛ̄k ˇ	sɛ̄t ˇ	sɛ̄p ˇ
โสะ (so ˇ)	สน	สง	สก	สด	สบ
	son ˊ	song ˊ	sok ˇ	sot ˇ	sop ˇ
โส (sō ˊ)	โสน	โสง	โสก	โสด	โสบ
	sōn ˊ	sōng ˊ	sōk ˇ	sōt ˇ	sōp ˇ

❹ 基本拼音（長母音）＋聲調

子音＋母音			平 聲	第 一 聲	第 二 聲	第 三 聲	第 四 聲
中音	ต (d)	เ-ือ (œ̄a)	เตือ	เตื่อ	เตื้อ	เตื๊อ	เตื๋อ
			dœ̄a	dœ̄a ˇ	dœ̄a ˋ	dœ̄a~	dœ̄a ˊ
	ป (b)		เปือ	เปื่อ	เปื้อ	เปื๊อ	เปื๋อ
			bœ̄a	bœ̄a ˇ	bœ̄a ˋ	bœ̄a~	bœ̄a ˊ
	ด (dh)		เดือ	เดื่อ	เดื้อ	เดื๊อ	เดื๋อ
			dhœ̄a	dhœ̄a ˇ	dhœ̄a ˋ	dhœ̄a~	dhœ̄a ˊ
	บ (bh)		เบือ	เบื่อ	เบื้อ	เบื๊อ	เบื๋อ
			bhœ̄a	bhœ̄a ˇ	bhœ̄a ˋ	bhœ̄a~	bhœ̄a ˊ

子音+母音			平 聲	第一聲	第二聲	第三聲	第四聲
高音	ส (s)	เ-ือ (œ̄a)	×	เสื่อ sœ̄a ˇ	เสื้อ sœ̄a ˋ	×	เสือ sœ̄a ˊ
	ข (k)		×	เขื่อ kœ̄a ˇ	เขื้อ kœ̄a ˋ	×	เขือ kœ̄a ˊ
	ถ (t)		×	เถื่อ tœ̄a ˇ	เถื้อ tœ̄a ˋ	×	เถือ tœ̄a ˊ
	ผ (p)		×	เผื่อ pœ̄a ˇ	เผื้อ pœ̄a ˋ	×	เผือ pœ̄a ˊ

例 字

063

泰文	拼音	中文
เสือ	sœ̄a ˊ	老虎 名
สี	sī ˊ	顏色 名
➡ สีดำ	sī ˊ dham	黑色
➡ สีแดง	sī ˊ dhɛ̄ng	紅色
➡ สีส้ม	sī ˊ som ˋ	橘色
ใส่	sai ˇ	1. 穿 動 2. 添加（調味料） 動
เสื้อ	sœ̄a ˋ	上衣 名
➡ ใส่เสื้อสีแดง	sai ˇ sœ̄a ˋ sī ˊ dhɛ̄ng	穿紅色的上衣

泰文	拼音	中文
เสื้อผ้า	sœ̄a ˋ pā ˋ	衣服 名
➥ ใส่เสื้อผ้าสะอาด	sai ˇ sœ̄a ˋ pā ˋ sa ˇ āt ˇ	穿乾淨的衣服
➥ ใส่เสื้อผ้า	sai ˇ sœ̄a ˋ pā ˋ	穿衣
ส่ง	song ˇ	1. 寄送、運送 動 2. 批發的 形
➥ ขนส่ง	kon ˊ song ˇ	運送
ส้อม	sɔ̄m ˋ	叉子 名
➥ ไปเอาส้อม	bai ao sɔ̄m ˋ	去拿叉子
ส้ม	som ˋ	橘子 名
➥ ไปเอาส้ม	bai ao som ˋ	去拿橘子
ส้มตำ	som ˋ dam	涼拌青木瓜絲 名
ส้มโอ	som ˋ ō	柚子 名
สอง	sɔ̄ng ˊ	二（๒） 數
➥ สองปี	sɔ̄ng ˊ bī	兩年
สาม	sām ˊ	三（๓） 數
➥ สามปี	sām ˊ bī	三年
สี่	sī ˇ	四（๔） 數
➥ สี่ปี	sī ˇ bī	四年

泰文	拼音	中文
สิบ	sip ˇ	十（๑๐） 數
➥ สิบปี	sip ˇ bī	十年
เดือน	dhœ̄an	月份 名
➥ สองเดือน	sɔ̄ng ˊ dhœ̄an	兩個月
➥ สามเดือน	sām ˊ dhœ̄an	三個月
➥ สี่เดือน	sī ˇ dhœ̄an	四個月
➥ สิบเดือน	sip ˇ dhœ̄an	十個月
แสน	sɛ̄n ˊ	十萬 數
➥ แปดแสน	bɛ̄t ˇ sɛ̄n ˊ	八十萬
สั้น	san ˋ	短的 形
➥ ตัดผมสั้น	dat ˇ pom ˊ san ˋ	剪短髮
➥ เสื้อผ้าแขนสั้น	sœ̄a ˋ pā ˋ kɛ̄n ˊ san ˋ	短袖上衣
➥ กางเกงขาสั้น	gāng gēng kā ˊ san ˋ	短褲
สะอาด	sa ˇ āt ˇ	乾淨的 形
➥ บ้านสะอาด	bhān ˋ sa ˇ āt ˇ	乾淨的房子
สูง	sūng ˊ	高的 形
➥ ตึกสูง	dœk ˇ sūng ˊ	高樓

泰文	拼音	中文
เตือน	dœ̄an	提醒、警告 動
อีสาน	īsān ˊ	泰國東北部 名
เบื่อ	bhœ̄a ˇ	厭、膩、無聊 動
➡ เบื่องาน	bhœ̄a ˇ ngān	厭倦工作
สิงโต	sing ˊ dō	獅子 名
➡ ไปดูสิงโต	bai dhū sing ˊ dō	去看獅子

練習寫寫看

เสือ	เสือ				
เสื้อ	เสื้อ				
ผึ้ง	ผึ้ง				
ถือ	ถือ				
เบื่อ	เบื่อ				
เดือน	เดือน				
ใส่	ใส่				
ฉัน	ฉัน				
ผม	ผม				

高子音 10/11

064

發音 sɔ̄ˊ 羅馬拼音/尾音

例字 s/t

ศาลา 涼亭

sāˊlā

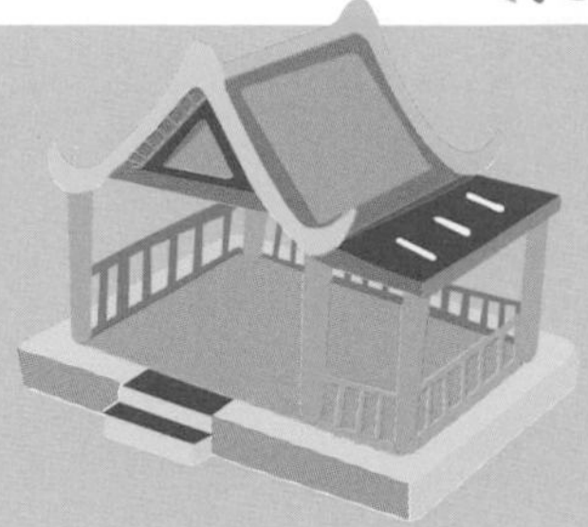

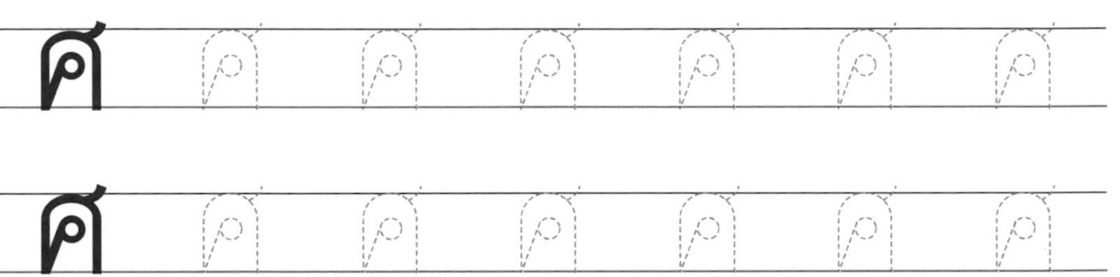

ศ 是泰語字母中，屬於高音組的字母，發音為 s；ศาลา (sāˊlā) 是 ศ 的例字，為「涼亭」的意思；若為尾音，則發音為 t，屬濁尾音。

高子音 11/11

發音 sɔ̄ˊ 羅馬拼音/尾音

例字 s/t

ฤษี 隱士

rœ̄sīˊ

ษ 是泰語字母中，屬於高音組的字母，發音為 s，ฤษี (rœ̄sīˊ) 是 ษ 的例字，為「隱士」的意思；若為尾音，則發音為 t，屬濁尾音。

■ ส / ษ / ศ 三個字母，發音是完全一樣的。

母音

ฤ

羅馬拼音 短音母音 rœ~

位置 獨立書寫、發音

母音 25/32

ฤ

ฤ

ฦ

羅馬拼音 長音母音 rœ̄

位置 獨立書寫、發音

母音 26/32

ฤๅ

ฤๅ

ฦ

發音 短音母音 lœ~

位置 獨立書寫、發音

母音 27/32

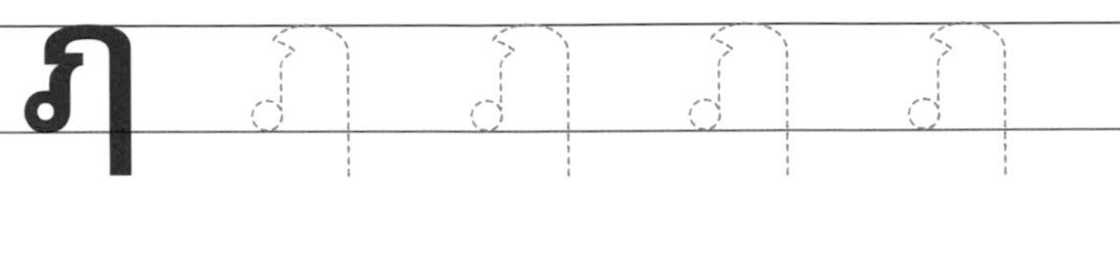

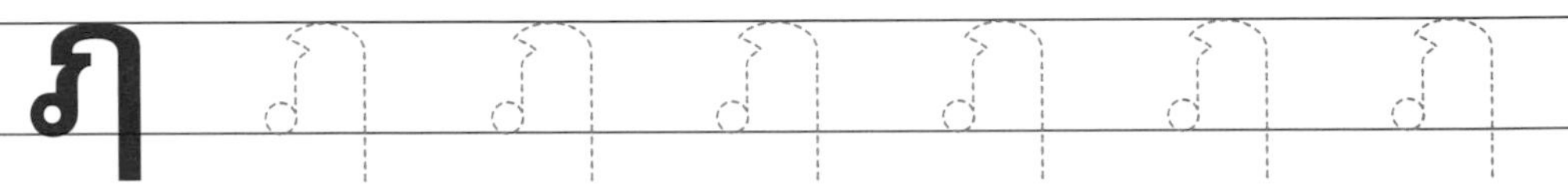

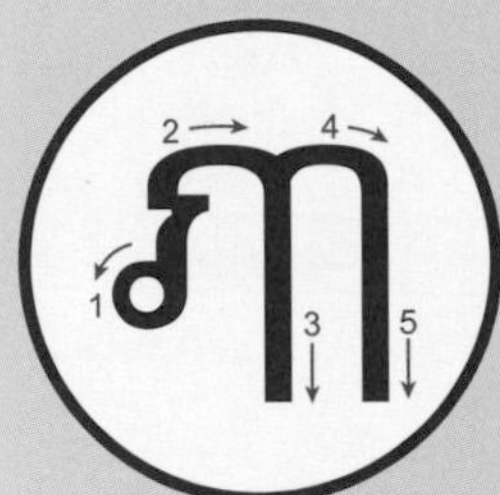

發音 長音母音 lœ̄

位置 獨立書寫、發音

母音 28/32

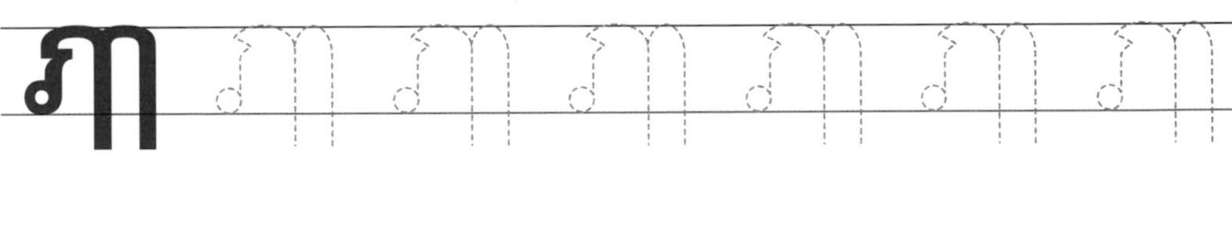

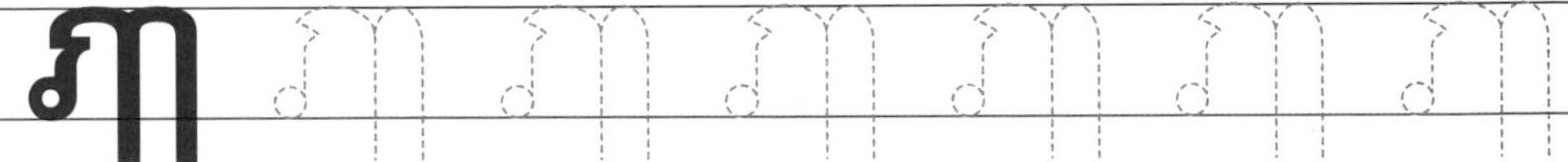

ฤ / ฤๅ / ฦ / ฦๅ 四個母音字母是由梵文轉寫過來的母音字母，在泰文中並不常見。其中 ฦ 和 ฦๅ 其實已經不再使用。它們的發音並不固定，在各個單字中並不相同，僅能靠記憶。

拼音練習

本課 ศ 和 ษ 這兩個子音字母與前一課 ส 同音，故本部份省略 。

例字

065

泰文	拼音	中文
ศาลา	sā ˊ lā	涼亭 名
ฤาษี / ฤษี	rœ̄sī ˊ / rœ~ sī ˊ	隱士 名
ฤดู	rœ~ dhū	季節 名
➡ ฤดูฝน	rœ~ dhū fon ˊ	雨季
อังกฤษ	ang grit ˇ	1. 英國 名 2. 英國的 形
อากาศ	ā gāt ˇ	空氣、空中；天氣 名
➡ อากาศดี	ā gāt ˇ dhī	空氣好
องศา	ong sā ˊ	…度（溫度） 名
➡ กี่องศา	gī ˇ ong sā ˊ	幾度？
ศึกษา	sœk ˇ sā ˊ	研究、教育 動
ศอก	sɔ̄k ˇ	手肘 名
➡ ข้อศอก	kɔ̄ ˋ sɔ̄k ˇ	肘關節
ปิศาจ	bi ˇ sāt ˇ	惡魔 名
เศษ	sēt ˇ	剩餘、碎渣 名

第二章字母總結

高音子音表

全11個字母

066

子音	例字	中文	字首	尾音
ข (kɔ̄ˊ)	ไข่ (kaiˇ)	蛋	k	k
ฃ (kɔ̄ˊ)	ขวด (kūatˇ)	瓶子	k	k
ฉ (chɔ̄ˊ)	ฉิ่ง (chingˇ)	鈸	ch	-
ฐ (tɔ̄ˊ)	ฐาน (tānˊ)	壇	t	t
ถ (tɔ̄ˊ)	ถุง (tungˊ)	袋子	t	t
ผ (pɔ̄ˊ)	ผึ้ง (pœngˋ)	蜜蜂	p	-
ฝ (fɔ̄ˊ)	ฝา (fāˊ)	蓋子	f	-
ศ (sɔ̄ˊ)	ศาลา (sāˊ lā)	涼亭	s	t
ษ (sɔ̄ˊ)	ฤาษี (rœ̄sīˊ)	隱士	s	t

子音	例字	中文	字首	尾音
ส (sɔ̄ ˊ)	เสือ (sœ̄a ˊ)	老虎	s	t
ห (hɔ̄ ˊ)	หีบ (hīp ˇ)	箱子	h	-

複習學過的母音

全32個字母

配對母音		非配對母音
短音 ⇨ 變形	長音 ⇨ 變形	
-ะ ⇨ -ั (a)	-า (ā)	ไ- (ai)
-ิ (i)	-ี (ī)	ใ- (ai)
-ึ (œ)	-ื (อ) (œ̄)	เ-า (ao)
-ุ (u)	-ู (ū)	-ำ (am)
เ-ะ ⇨ เ-็ (e)	เ- (ē)	ฤ (rœ~)
แ-ะ ⇨ แ-็ (ɛ)	แ- (ɛ̄)	ฤๅ (rœ̄)

第二章字母總結

配對母音		非配對母音
短音 ⇨ 變形	長音 ⇨ 變形	
เ-าะ ⇨ -็อ (ɔ)	-อ (ɔ̄)	ฦ (lœ~)
โ-ะ ⇨（省略） (o)	โ- (ō)	ฦา (lœ̄)
เ-อะ (ə)	เ-อ ⇨ เ-ิ (ə̄)	-
เ-ือะ (œa)	เ-ือ (œ̄a)	-

高音字母的聲調變化

凡是有聲調符號的字，請直接依表格的聲調符號發音，未標注聲調符號的時候，請依以下原則辨別。請以「有無尾音」為優先辨別標準。

❶ 清尾音 n、ng、m、i、u：無論前面母音長短，一律照以下規則發音。

◎ 高音字母＋長 / 短母音＋清尾音

➤ 無聲調符號 = 第四聲。

➤ 有聲調符號 = 按照聲調符號發音。（表一）

❷ 濁尾音 p、t、k：無論前面母音長短，一律照以下規則發音。

◎ 高音字母＋長 / 短母音＋濁尾音

➤ 無聲調符號 = 第一聲。

➤（極少數標第二聲者，照第二聲調發音。）（表二）

❸ 無尾音：◎ 高音字母＋長母音或短母音 ไ / ใ / เ-า / -ำ ＋無尾音

➤ 無聲調符號 = 第四聲。

➤ 有聲調符號 = 按照聲調符號發音。（表一）

◎ 高音字母＋短母音，不包含 ไ / ใ / เ-า / -ำ ＋無尾音

➤ 無聲調符號 = 第一聲。

➤ （極少數標第二聲者，照第二聲調發音。）（表二）

◎ 表一

長母音、短母音 ไ (ai) / ใ (ai) / เ-า (ao) / -ำ (am)，及清尾音。					
泰文聲調	平聲	一聲	二聲	三聲	四聲
中文聲調	一聲	三聲【ˇ】	四聲【ˋ】	輕聲【～】	二聲【ˊ】
聲調符號	✕	่	้	✕	不標示

◎ 表二

短母音（不包含 ไ (ai) / ใ (ai) / เ-า (ao) / -ำ (am)），及濁尾音。					
泰文聲調	平聲	一聲	二聲	三聲	四聲
中文聲調	一聲	三聲【ˇ】	四聲【ˋ】	輕聲【～】	二聲【ˊ】
聲調符號	✕	不標示	้	✕	✕

已學過的尾音整理

清尾音		
m	n	ng
ม	น	ง

濁尾音		
p	t	k
บ ป	จ ฎ ฏ ด ต ฐ ถ ศ ษ ส	ก ข

買東西這樣說 068

泰國是現代和傳統交織的美麗王國，在這裡可以用平實的價格買到新銳設計師的作品，也可以在古色古香的巷弄裡買到美麗的泰國手工藝品。而逛街的地點更是多元，有美麗現代的百貨公司Central World Plaza、極富特色的水上市集Amphawa，還有亞洲最大的露天市集JJ Market可供選擇。色彩鮮豔種類繁複的商品，看得人眼花繚亂。到泰國你不用擔心該買什麼才好，只要擔心回程行李的重量和你的泰銖夠不夠用！

開口說說看！ 可以把下面的單字加進底線裡喔。

1. 多少錢？ ราคาเท่าไหร่? rākā tao ˋ rai ˇ ?

2.

1 หนึ่ง nœng ˇ	2 สอง sɔ̄ng ˊ	3 สาม sām ˊ	4 สี่ sī ˇ	5 ห้า hā ˋ
6 หก hok ˇ	7 เจ็ด jet ˇ	8 แปด bɛ̄t ˇ	9 เก้า gao ˋ	10 สิบ sip ˇ
11 สิบเอ็ด sip ˇ et ˇ	12 สิบสอง sip ˇ sɔ̄ng ˊ	20 ยี่สิบ yī ˋ sip ˇ		
21 ยี่สิบเอ็ด yī ˋ sip ˇ et ˇ	22 ยี่สิบสอง yī ˋ sip ˇ sɔ̄ng ˊ			
50 ห้าสิบ hā ˋ sip ˇ	100 1 ร้อย nœng ˇ rɔ̄i~			
1,000 1 พัน nœng ˇ pan	一萬 1 หมื่น nœng ˇ mœ̄n ˇ			
十萬元 1 แสน nœng ˇ sɛ̄n ˊ	一百萬 1 ล้าน nœng ˇ lān~			

3. ____可以嗎。 ____ได้ไหม? ____dhai ˋ mai ˊ ?

4. 便宜一點 ลดหน่อย lot~ nɔ̄i ˇ

5. 試穿 ลองใส่ lɔ̄ng sai ˇ

6. 試吃 ลองชิมดู lɔ̄ng chim dhū

7. 刷卡 รูดบัตร rūt ˋ bhat ˇ

8. 請幫我結帳！ เช็คบิลด้วย chek~ bhin dhūei ˋ

可以 ได้〔dhai ˋ〕

不可以 ไม่ได้〔mai ˋ dhai ˋ〕

CHAPTER 3

低音字母

อักษรต่ำ

本章學習重點

低子音 1/24

069

發音 mɔ̄ 羅馬拼音/尾音 m/m

例字

ม้า 馬

mā~

ม ม ม ม ม ม ม

ม ม ม ม ม ม ม

ม 是泰語字母中，屬於低音組的字母，發音為 m；ม้า (mā~) 是它的例字，為「馬」的意思。本字母若當尾音，發音不變，屬清尾音。-าม (ām) 的拼寫方式即可當成是 -ำ (am)的長音。

低音字母的聲調介紹

Ⓐ 低音字母後接長音母音，或接 ไ- (ai)/ ใ- (ai)/ เ-า (ao)/ -ำ (am) 四個短音母音，且沒有尾音，或帶清尾音，可以變化出平聲、第二聲、第三聲共 3 種聲調，聲調符號須寫在子音字母的上方偏右處。

泰文聲調	平 聲	一 聲	二 聲	三 聲	四 聲
中文聲調	一 聲	三聲【ˇ】	四聲【ˋ】	輕聲【~】	二聲【ˊ】
聲調符號	不標示	✕	่	้	✕

◎ 範例：

ม (m) + า (ā) = มา (mā)

ม (m) + แ (ɛ̄) + ◌่ = แม่ (mɛ̄ˋ)

ม (m) + แ (ɛ̄) + ◌้ = แม้ (mɛ̄~)

ม (m) + อ (ɔ̄) + ง (ng) = มอง (mɔ̄ng)

ม (m) + ะ (a) + น (n) + ◌่ = มั่น (manˋ)

ม (m) + ะ (a) + ง (ng) + ◌้ = มั้ง (mang~)

Ⓑ 低音字母搭配短音母音，但 ไ- (ai)/ ใ- (ai)/ เ-า (ao)/ -ำ (am) 四個短音母音除外，且沒有尾音，無聲調符號一律為第三聲。（極少數標注聲調符號者，則直接依照聲調符號發音。）

泰文聲調	平 聲	一 聲	二 聲	三 聲	四 聲
中文聲調	一 聲	三聲【ˇ】	四聲【ˋ】	輕聲【～】	二聲【ˊ】
聲調符號	✕	✕	่	不標示	✚

◎ 範例：

ม (m) + ะ (a) = มะ (ma~)

ม (m) + ◌ิ (i) = มิ (mi~)

Ⓒ 低音字母搭配濁尾音，極少數會標注聲調符號，如果有，則直接依照聲調符號發音。如果無聲調符號時，分為以下兩種情況：

❶ 低音字母＋長音母音＋濁尾音＝第二聲。

❷ 低音字母＋短音母音＋濁尾音＝第三聲。

泰文聲調	平 聲	一 聲	二 聲	三 聲	四 聲
中文聲調	一 聲	三聲【ˇ】	四聲【ˋ】	輕聲【～】	二聲【ˊ】
短音母音＋濁尾音	✕	✕	่	不標示	๋
長音母音＋濁尾音	✕	✕	不標示	้	๋

◎ 範例：

ม (m) + โ-ะ (o) + ด (t) = มด (mot~)

ม (m) + ี- (ī) + ด (t) = มีด (mīt、)

ม (m) + อ (ɔ̄) + บ (p) = มอบ (mɔ̄p、)

ม (m) + า (ā) + ก (k) = มาก (māk、)

在泰文中，以上Ⓑ及Ⓒ的拼法的單字，絕大部份都是不標聲調符號的，標出聲調的組合極少（例如：ม่ะ / ม๋ะ / ม้าด / ม๋าด）。建議讀者們，其實可以簡略記為：「短音＋濁尾音固定發第三聲，長音＋濁尾音固定發第二聲。若極少數拼音出現聲調符號，則依照聲調符號發音。」

中音、高音及低音聲調的比較 070

Ⓐ 接長音母音、ไ- (ai)/ ใ- (ai)/ เ-า (ao)/ -ำ (am) 四個短音母音，或該字有清尾音，均按照聲調符號唸。

❶ 不標聲調符號：中音、低音字母均代表發平聲，高音字母發第四聲。

◎ 範例：

ต (d) + า (ā) = ตา (dā)

ข (k) + า (ā) = ขา (kā ˊ)

ม (m) + า (ā) = มา (mā)

❷ 第一聲調符號 ◌่：中音、高音字母均代表發第一聲；低音字母發第二聲。

◎ 範例：

ต (d) + า (ā) + ่ = ต่า (dā ˇ)

ข (k) + า (ā) + ่ = ข่า (kā ˇ)

ม (m) + า (ā) + ่ = ม่า (mā ˋ)

③ 第二聲調符號 ้：中音、高音字母均代表發第二聲；低音字母發第三聲。

◎ 範例：

ต (d) + า (ā) + ้ = ต้า (dā ˋ)

ข (k) + า (ā) + ้ = ข้า (kā ˋ)

ม (m) + า (ā) + ้ = ม้า (mā~)

④ 第三聲調符號 ๊：中音字母代表發第三聲；高音、低音字母不使用此符號。

◎ 範例：

ป (b) + า (ā) + ๊ = ป๊า (bā~)

⑤ 第四聲調符號 ๋：中音字母代表發第四聲；高音、低音字母不使用此符號。

◎ 範例：

ป (b) + า (ā) + ๋ = ป๋า (bā ˊ)

Ⓑ 配短音母音，且 ไ- (ai)/ ใ- (ai)/ เ-า (ao)/ -ำ (am) 四個短音母音除外，中音、高音字母是發第一聲，低音字母要發第三聲。

◎ 範例：

ต (d) + -ิ (i) = ติ (di ˇ)

ส (s) + -ิ (i) = สิ (si ˇ)

ม (m) + -ิ (i) = มิ (mi~)

Ⓒ 配濁尾音：

❶ 短母音＋濁尾音：中音、高音字母是第一聲；低音字母是第三聲。

◎ 範例：

จ (j) + ะ (a) + บ (p) = จับ (jap ˇ)

ส (s) + โ-ะ (o) + ด (t) = สด (sot ˇ)

ม (m) + เ-ะ (e) + ด (t) = เม็ด (met~)

❷ 長母音＋濁尾音：中音、高音字母是第一聲；低音字母是第二聲。

◎ 範例：

ป (b) + า (ā) + ก (k) = ปาก (bāk ˇ)

ห (h) + า (ā) + ก (k) = หาก (hāk ˇ)

ม (m) + า (ā) + ก (k) = มาก (māk ˋ)

拼音練習 071

❶ 基本拼音＋短母音ไ (ai) / ใ (ai) / เ-า (ao) / -ำ (am)＋聲調

子音＋母音		短音平聲	短音二聲	短音三聲
ม (m)	ไ-, ใ- (ai)	ไม	ไม่	ไม้
		mai	mai ˋ	mai~
	-ำ (am)	มำ	ม่ำ	ม้ำ
		mam	mam ˋ	mam~
	เ-า (ao)	เมา	เม่า	เม้า
		mao	mao ˋ	mao~

❷ 基本拼音＋配對母音＋聲調

子音＋母音		短音三聲	長音平聲	長音二聲	長音三聲
ม (m)	-ะ / -า (a / ā)	มะ	มา	ม่า	ม้า
		ma~	mā	mā ˋ	mā~
	-ิ / -ี (i / ī)	มิ	มี	มี่	มี้
		mi~	mī	mī ˋ	mī~
	-ึ / -ื(อ) (œ / œ̄)	มึ	มือ	มื่อ	มื้อ
		mœ~	mœ̄	mœ̄ ˋ	mœ̄~
	-ุ / -ู (u / ū)	มุ	มู	มู่	มู้
		mu~	mū	mū ˋ	mū~
	เ-ะ / เ- (e / ē)	เมะ	เม	เม่	เม้
		me~	mē	mē ˋ	mē~
	แ-ะ / แ- (ɛ / ɛ̄)	แมะ	แม	แม่	แม้
		mɛ~	mɛ̄	mɛ̄ ˋ	mɛ̄~
	เ-าะ / -อ (ɔ / ɔ̄)	เมาะ	มอ	ม่อ	ม้อ
		mɔ~	mɔ̄	mɔ̄ ˋ	mɔ̄~
	โ-ะ / โ- (o / ō)	โมะ	โม	โม่	โม้
		mo~	mō	mō ˋ	mō~
	เ-ือะ / เ-ือ (œa / œ̄a)	เมือะ	เมือ	เมื่อ	เมื้อ
		mœa~	mœ̄a	mœ̄a ˋ	mœ̄a~
	เ-อะ / เ-อ (ə / ə̄)	เมอะ	เมอ	เม่อ	เม้อ
		mə~	mə̄	mə̄ ˋ	mə̄~

③ 基本拼音＋清尾音

●依聲調符號發音。

072

子音＋母音	น (n)			ม (m)		
	平 聲	二 聲	三 聲	平 聲	二 聲	三 聲
มะ	มัน	มั่น	มั้น	มัม	มั่ม	มั้ม
(ma~)	man	man ˋ	man~	mam	mam ˋ	mam~
มา	มาน	ม่าน	ม้าน	มาม	ม่าม	ม้าม
(mā)	mān	mān ˋ	mān~	mām	mām ˋ	mām~
มิ	มิน	มิ่น	มิ้น	มิม	มิ่ม	มิ้ม
(mi~)	min	min ˋ	min~	mim	mim ˋ	mim~
มี	มีน	มี่น	มี้น	มีม	มี่ม	มี้ม
(mī)	mīn	mīn ˋ	mīn~	mīm	mīm ˋ	mīm~
มือ	มืน	มื่น	มื้น	มืม	มื่ม	มื้ม
(mœ̄)	mœ̄n	mœ̄n ˋ	mœ̄n~	mœ̄m	mœ̄m ˋ	mœ̄m~
เมะ	เม็น	×	×	เม็ม	×	×
(me~)	men			mem		
เม	เมน	เม่น	เม้น	เมม	เม่ม	เม้ม
(mē)	mēn	mēn ˋ	mēn~	mēm	mēm ˋ	mēm~
โมะ	มน	ม่น	ม้น	มม	ม่ม	ม้ม
(mo~)	mon	mon ˋ	mon~	mom	mom ˋ	mom~
โม	โมน	โม่น	โม้น	โมม	โม่ม	โม้ม
(mō)	mōn	mōn ˋ	mōn~	mōm	mōm ˋ	mōm~

子音＋母音	น (n)			ม (m)		
	平 聲	二 聲	三 聲	平 聲	二 聲	三 聲
เมือ (mœ̄a)	เมือน mœ̄an	เมื่อน mœ̄an ˋ	เมื้อน mœ̄an~	เมือม mœ̄am	เมื่อม mœ̄am ˋ	เมื้อม mœ̄am~
เมอ (mə̄)	เมิน mə̄n	เมิ่น mə̄n ˋ	เมิ้น mə̄n~	เมิม mə̄m	เมิ่ม mə̄m ˋ	เมิ้ม mə̄m~

④ 基本拼音＋濁尾音

●配短母音發第三聲，配長母音發第二聲。

子音＋母音	ก (k) ก / ข		ด (t) จ/ด/ต/ฎ/ฏ ถ/ฐ/ศ/ษ/ส		บ (p) บ / ป	
	二 聲	三 聲	二 聲	三 聲	二 聲	三 聲
มะ (ma~)	×	มัก mak~	×	มัด mat~	×	มับ map~
มา (mā)	มาก māk ˋ	×	มาด māt ˋ	×	มาบ māp ˋ	×
มิ (mi~)	×	มิก mik~	×	มิด mit~	×	มิบ mip~
มี (mī)	มีก mīk ˋ	×	มีด mīt ˋ	×	มีบ mīp ˋ	×
มึ (mœ~)	×	มึก mœk~	×	มึด mœt~	×	มึบ mœp~
มือ (mœ̄)	มืก mœ̄k ˋ	×	มืด mœ̄t ˋ	×	มืบ mœ̄p ˋ	×

子音 + 母音	ก (k) ก / ข		ด (t) จ/ด/ต/ฎ/ฏ ถ/ฐ/ศ/ษ/ส		บ (p) บ / ป	
	二 聲	三 聲	二 聲	三 聲	二 聲	三 聲
มุ (mu~)	×	มุก muk~	×	มุด mut~	×	มุบ mup~
มู (mū)	มูก mūk ˋ	×	มูด mūt ˋ	×	มูบ mūp ˋ	×
เมะ (me~)	×	เม็ก mek~	×	เม็ด met~	×	เม็บ mep~
เม (mē)	เมก mēk ˋ	×	เมด mēt ˋ	×	เมบ mēp ˋ	×
แมะ (mɛ~)	×	แม็ก mɛk~	×	แม็ด mɛt~	×	แม็บ mɛp~
แม (mɛ̄)	แมก mɛ̄k ˋ	×	แมด mɛ̄t ˋ	×	แมบ mɛ̄p ˋ	×
โมะ (mo~)	×	มก mok~	×	มด mot~	×	มบ mop~
โม (mō)	โมก mōk ˋ	×	โมด mōt ˋ	×	โมบ mōp ˋ	×
เมือ (mœ̄a)	เมือก mœ̄ak ˋ	×	เมือด mœ̄at ˋ	×	เมือบ mœ̄ap ˋ	×

子音 + 母音	ก (k) ก / ข		ด (t) จ/ด/ต/ฎ/ฏ ถ/ฐ/ศ/ษ/ส		บ (p) บ / ป	
	二 聲	三 聲	二 聲	三 聲	二 聲	三 聲
เมอ (mə̄)	เมิก mə̄k丶	×	เมิด mə̄t丶	×	เมิบ mə̄p丶	×

例 字 1　長音母音、ไ- , ใ- , เ-า , -ำ 四個短母音及清尾音，照聲調符號唸。　073

泰文	拼音	中文
มา	mā	來 動
➥ ตามา	dā mā	外公來
ม้า	mā~	馬 名
➥ ขี่ม้า	kī ˇ mā~	騎馬
ไม่	mai丶	不、沒 副
➥ ไม่ดี	mai丶dhī	不好
➥ ไม่กิน	mai丶gin	不吃
➥ ไม่มา	mai丶mā	不來
➥ ไม่ไป	mai丶bai	不去
มี	mī	有 動
➥ ไม่มี	mai丶mī	沒有

泰文	拼音	中文
มือ	mœ̄	手 名
➥ มือถือ	mœ̄ tœ̄ ˊ	手機
➥ ถุงมือ	tung ˊ mœ̄	手套
แม่	mɛ̄ ˋ	媽媽 名
➥ แม่ของผม/ฉัน	mɛ̄ ˋ kɔ̄ng ˊ pom ˊ /chan ˊ	我的媽媽（男／女）
แตงโม	dɛ̄ng mō	西瓜 名
เมื่อ	mœ̄a ˋ	當…的時候 副
➥ เมื่อตามาถึง	mœ̄a ˋ dā mā tœng ˊ	當外公到達的時候
มั้ง	mang~	吧？（猜測） 感
➥ เขาอาจไม่มามั้ง	kao ˊ āt ˇ mai ˋ mā mang~	他或許不來吧?!
ต้นไม้	don ˋ mai~	樹木 名
➥ ใบไม้	bhai mai~	樹葉
มอง	mɔ̄ng	看、注視 動
เห็น	hen ˊ	見 動
➥ มองเห็น	mɔ̄ng hen ˊ	看見
➥ มองไม่เห็น	mɔ̄ng mai ˋ hen ˊ	看不見
ถาม	tām ˊ	詢問 動

例字 2

短音母音（ไ- / ใ- / เ-า / -ำ 四個短音母音除外），為第三聲。
濁尾音的聲調要看母音：長母音第二聲、短母音第三聲。

泰文	拼音	中文
มด	mot~	螞蟻 名
มะเขือ	ma~ kœ̄a ˊ	茄子 名
เม็ด	met~	顆 量
➡ ยาสามเม็ด	yā sām ˊ met~	3 顆藥
มักจะ	mak~ ja ˇ	經常 副
➡ เขามักจะใส่เสื้อสีดำ	kao ˊ mak~ ja ˇ sai ˇ sœ̄a ˋ sī ˊ dham	他經常穿黑衣服
มาก	māk ˋ	很、非常地 副
➡ เผ็ดมาก	pet ˇ māk ˋ	很辣
มีด	mīt ˋ	刀子 名
➡ มีดโกน	mīt ˋ gōn	剃刀

低子音 2/24

074

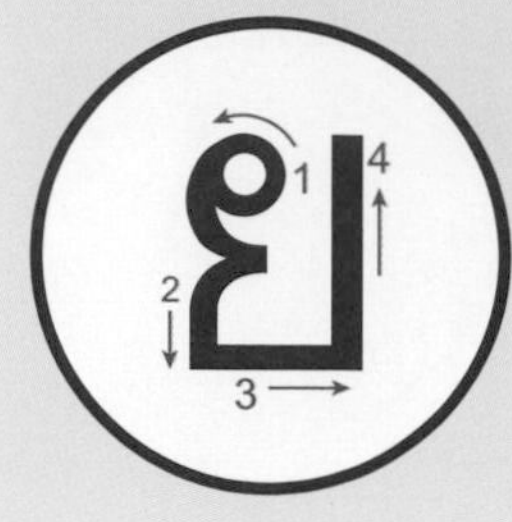

發音 yɔ̄ 羅馬拼音/尾音 y/i

例字

ยักษ์ 夜叉

yak~

ย 是泰語字母中，屬於低音組的字母，發音為 y，ยักษ์ (yak~) 是它的例字，為「夜叉」的意思。本字母若當尾音，發音 i，屬清尾音。-าย 的拼寫方式即可當成是 ไ- 的長音。

母音

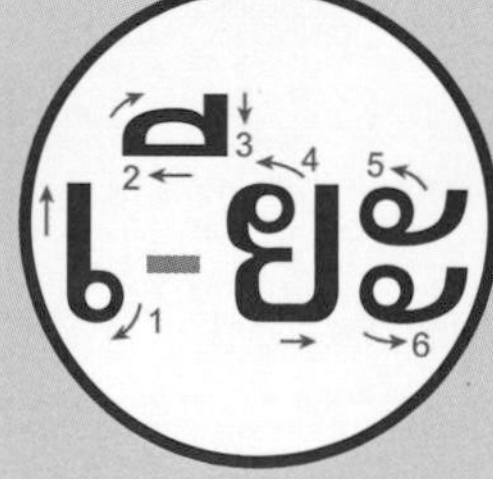

羅馬拼音 短音母音 ia

母音 29/32

位置 子音的左、上及右方 → เ 子音 ียะ

例 ม + เ-ียะ = เมียะ

m ia mia~

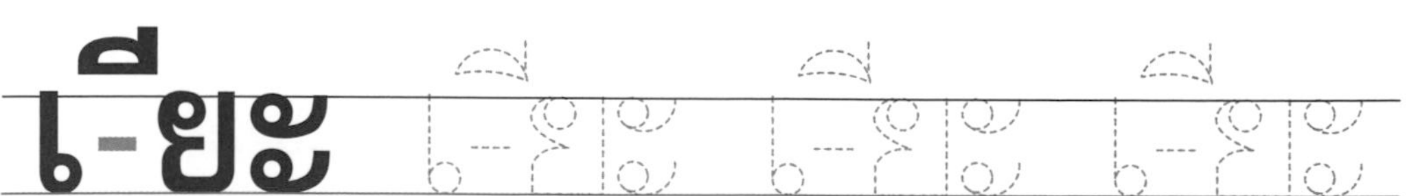

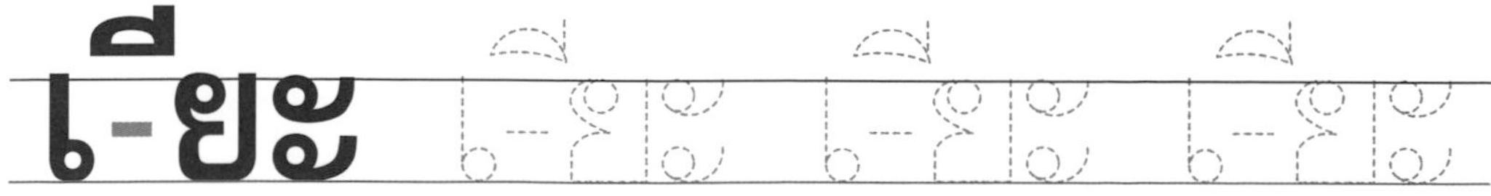

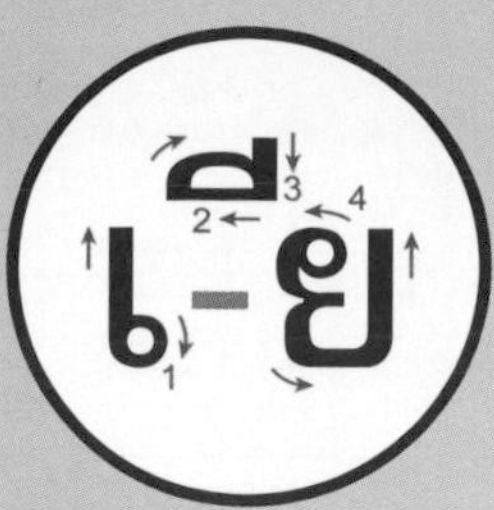

羅馬拼音 長音母音 īa

母音 30/32

位置 子音的左、上及右方 → เ 子音 ีย

例 ม + เ-ีย = เมีย

m īa mīa

เ-ีย เ-ีย

母音 เ-ียะ 和 เ-ีย 是一組配對母音，發音 ia。發音時除了要發 i 音之外，還要再帶一個 a 的音，a 的音不必太明顯。เ-ียะ 發短音 ia；เ-ีย 發長音 īa。發長音時，只要把 i 的音拉長後，再輕輕發出 a 的音即可。

不發音符號 -์

若字母上方出現 -์，代表該字母不發音。這個符號叫做 **ทัณฑฆาต** (tan ta~kāt丶) 或 **การันต์** (gā ran)。例如本課例字 **ยักษ์**「夜叉」。

變形母音 ❼ เ-อ ➡ เ-ย

若母音 เ-อ 後接尾音 ย 的話，寫法改為 เ-ย。

◎ 範例：

ผ (p) + เ-อ (ə̄) + ย (i) = เผย (pə̄i ˊ)

ฉ (ch) + เ-อ (ə̄) + ย (i) = เฉย (chə̄i ˊ)

อ (--) + เ-อ (ə̄) + ย (i) + ่ = เอ่ย (ə̄i ˇ)

拼音練習 075

❶ 基本拼音＋短母音ไ (ai) / ใ (ai) / เ-า (ao) / -ำ (am)＋聲調

子音＋母音		短音平聲	短音二聲	短音三聲
ย (y)	ไ- / ใ- (ai)	ใย yai	ไย่ yai ˋ	ไย้ yai~
	-ำ (am)	ยำ yam	ย่ำ yam ˋ	ย้ำ yam~
	เ-า (ao)	เยา yao	เย่า yao ˋ	เย้า yao~

❷ 基本拼音＋配對母音＋聲調

子音＋母音		短音三聲	長音平聲	長音二聲	長音三聲
ย (y)	-ะ / -า (a / ā)	ยะ ya~	ยา yā	ย่า yā ˋ	ย้า yā~
	-ิ / -ี (i / ī)	ยิ yi~	ยี yī	ยี่ yī ˋ	ยี้ yī~
	เ-ียะ / เ-ีย (ia / īa)	เยียะ yia~	เยีย yīa	เยี่ย yīa ˋ	เยี้ย yīa~
	-ึ / -ื (อ) (œ / œ̄)	ยึ yœ~	ยือ yœ̄	ยื่อ yœ̄ ˋ	ยื้อ yœ̄~
	เ-ือะ / เ-ือ (œa / œ̄a)	เยือะ yœa~	เยือ yœ̄a	เยื่อ yœ̄a ˋ	เยื้อ yœ̄a~

子音+母音		短音三聲	長音平聲	長音二聲	長音三聲
ย (y)	-ุ / -ู (u / ū)	ยุ	ยู	ยู่	ยู้
		yu~	yū	yū ˋ	yū~
	เ-ะ / เ- (e / ē)	เยะ	เย	เย่	เย้
		ye~	yē	yē ˋ	yē~
	แ-ะ / แ- (ɛ / ɛ̄)	แยะ	แย	แย่	แย้
		yɛ~	yɛ̄	yɛ̄ ˋ	yɛ̄~
	เ-าะ / -อ (ɔ / ɔ̄)	เยาะ	ยอ	ย่อ	ย้อ
		yɔ~	yɔ̄	yɔ̄ ˋ	yɔ̄~
	โ-ะ / โ- (o / ō)	โยะ	โย	โย่	โย้
		yo~	yō	yō ˋ	yō~
	เ-อะ / เ-อ (ə / ə̄)	เยอะ	เยอ	เย่อ	เย้อ
		yə~	yə̄	yə̄ ˋ	yə̄~

③ 基本拼音+清尾音 น/ง/ม/ย ●依聲調符號發音。 076

子音+母音	น (n)	ง (ng)	ม (m)	ย (i)
ยะ (ya~)	ยัน	ยัง	ยัม	ยัย
	yan	yang	yam	yai
ยา (yā)	ยาน	ยาง	ยาม	ยาย
	yān	yāng	yām	yāi
ยิ (yi~)	ยิน	ยิง	ยิม	×
	yin	ying	yim	

子音+母音	น (n)	ง (ng)	ม (m)	ย (i)
ยี (yī)	ยีน yīn	ยีง yīng	ยีม yīm	×
เยีย (yīa)	เยียน yīan	เยียง yīang	เยียม yīam	×
ยึ (yœ~)	ยึน yœn	ยึง yœng	ยึม yœm	×
ยือ (yœ̄)	ยืน yœ̄n	ยืง yœ̄ng	ยืม yœ̄m	×
เยือ (yœ̄a)	เยือน yœ̄an	เยือง yœ̄ang	เยือม yœ̄am	เยือย yœ̄ai
ยุ (yu~)	ยุน yun	ยุง yung	ยุม yum	ยุย yui
ยู (yū)	ยูน yūn	ยูง yūng	ยูม yūm	ยูย yūi
เยะ (ye~)	เย็น yen	เย็ง yeng	เย็ม yem	×
เย (yē)	เยน yēn	เยง yēng	เยม yēm	×
แยะ (yɛ~)	แย็น yɛn	แย็ง yɛng	แย็ม yɛm	×

子音+母音	น (n)	ง (ng)	ม (m)	ย (i)
แย (yɛ̄)	แยน yɛ̄n	แยง yɛ̄ng	แยม yɛ̄m	×
ยอ (yɔ̄)	ยอน yɔ̄n	ยอง yɔ̄ng	ยอม yɔ̄m	ยอย yɔ̄i
โยะ (yo~)	ยน yon	ยง yong	ยม yom	×
โย (yō)	โยน yōn	โยง yōng	โยม yōm	โยย yōi
เยอ (yə̄)	เยิน yə̄n	เยิง yə̄ng	เยิม yə̄m	เยย yə̄i

④ 基本拼音＋濁尾音

●配短母音發第三聲，配長母音發第二聲。

子音＋母音	ก (k) ก / ข		ด (t) จ/ด/ต/ฎ/ฏ ถ/ฐ/ศ/ษ/ส		บ (p) บ / ป	
	二聲	三聲	二聲	三聲	二聲	三聲
ยะ (ya~)	×	ยัก yak~	×	ยัด yat~	×	ยับ yap~
ยา (yā)	ยาก yāk ˋ	×	ยาด yāt ˋ	×	ยาบ yāp ˋ	×
ยิ (yi~)	×	ยิก yik~	×	ยิด yit~	×	ยิบ yip~

子音 + 母音	ก (k) ก / ข		ด (t) จ/ด/ต/ฎ/ฏ ถ/ฐ/ศ/ษ/ส		บ (p) บ / ป	
	二 聲	三 聲	二 聲	三 聲	二 聲	三 聲
ยี (yī)	ยีก yīk ˋ	×	ยีด yīt ˋ	×	ยีบ yīp ˋ	×
เยีย (yīa)	เยียก yīak ˋ	×	เยียด yīat ˋ	×	เยียบ yīap ˋ	×
ยึ (yœ~)	×	ยึก yœk~	×	ยึด yœt~	×	ยึบ yœp~
ยือ (yœ̄)	ยืก yœ̄k ˋ	×	ยืด yœ̄t ˋ	×	ยืบ yœ̄p ˋ	×
เยือ (yœ̄a)	เยือก yœ̄ak ˋ	×	เยือด yœ̄at ˋ	×	เยือบ yœ̄ap ˋ	×
ยุ (yu~)	×	ยุก yuk~	×	ยุด yut~	×	ยุบ yup~
ยู (yū)	ยูก yūk ˋ	×	ยูด yūt ˋ	×	ยูบ yūp ˋ	×
เยะ (ye~)	×	เย็ก yek~	×	เย็ด yet~	×	เย็บ yep~
เย (yē)	เยก yēk ˋ	×	เยด yēt ˋ	×	เยบ yēp ˋ	×

子音 ＋ 母音	ก (k) ก / ข		ด (t) จ/ด/ต/ฎ/ฏ ถ/ฐ/ศ/ษ/ส		บ (p) บ / ป	
	二 聲	三 聲	二 聲	三 聲	二 聲	三 聲
แยะ (yɛ~)	×	แย็ก yɛk~	×	แย็ด yɛt~	×	แย็บ yɛp~
แย (yɛ̄)	แยก yɛ̄k ˋ	×	แยด yɛ̄t ˋ	×	แยบ yɛ̄p ˋ	×
ยอ (yɔ̄)	ยอก yɔ̄k ˋ	×	ยอด yɔ̄t ˋ	×	ยอบ yɔ̄p ˋ	×
โยะ (yo~)	×	ยก yok~	×	ยด yot~	×	ยบ yop~
โย (yō)	โยก yōk ˋ	×	โยด yōt ˋ	×	โยบ yōp ˋ	×
เยอ (yə̄)	เยิก yə̄k ˋ	×	เยิด yə̄t ˋ	×	เยิบ yə̄p ˋ	×

例 字

077

泰文	拼音	中文
ยักษ์	yak~	夜叉 名
ยาก	yāk ˋ	困難的 形
➡ จำยาก	jam yāk ˋ	難記
➡ หายาก	hā ˊ yāk ˋ	難找

泰文	拼音	中文
สบาย	sa ˇ bhāi	舒適、舒服的 形
➥ สบายมาก	sa ˇ bhāi māk ˋ	很舒服
➥ ไม่สบาย	mai ˋ sa ˇ bhāi	不舒服
ยา	yā	藥 名
➥ กินยา	gin yā	吃藥
ย่า	yā ˋ	奶奶 名
ยาย	yāi	外婆 名
➥ ปู่ย่าตายาย	bū ˇ yā ˋ dā yāi	（爺爺、奶奶、外公、外婆的總稱）
เสียง	sīang ˊ	聲音 名
➥ เสียงดัง	sīang ˊ dhang	大聲
➥ เสียงเบา	sīang ˊ bhao	小聲
ขี้เกียจ	kī ˋ gīat ˇ	懶惰的 形
➥ ขี้เกียจไป	kī ˋ gīat ˇ bai	懶得去
เขียน	kīan ˊ	寫 動
บ่อย	bhɔ̄i ˇ	經常 副
➥ ฝนตกบ่อยๆ	fon ˊ dok ˇ bhɔ̄i ˇ bhɔ̄i ˇ	經常下雨
ยัง	yang	仍、還 副 ※ยัง有 yet 跟 still 兩種意思，肯定句就是 still，否定句就是 yet。

泰文	拼音	中文
➡ เขายังไม่มา	kao ˊ yang mai ˋ mā	他還不來
ยำ	yam	涼拌 名
➡ ยำมาม่า	yam mā mā ˋ	涼拌媽媽麵
ยี่สิบ	yī ˋ sip ˇ	二十（๒๐） 數
เสีย	sīa ˊ	壞掉 動
➡ มือถือเสีย	mœ̄ tœ̄ ˊ sīa ˊ	手機壞了
เสียใจ	sīa ˊ jai	傷心 動
➡ เขาเสียใจมาก	kao ˊ sīa ˊ jai māk ˋ	他很傷心
เมีย	mīa	老婆 名
ขาย	kāi ˊ	賣 動
➡ ขายดี	kāi ˊ dhī	好賣、暢銷
➡ ขายยาก	kāi ˊ yāk ˋ	難賣、賣不好
บ่าย	bhāi ˇ	下午 名
➡ ตอนบ่าย	dɔ̄n bhāi ˇ	在下午
อาย	āi	害羞 動
➡ เขินอาย	kǝ̄n ˊ āi	尷尬害羞
เย็น	yen	涼的 形

泰文	拼音	中文
➥ อากาศเย็นสบายดี	ā gāt ˇ yen sa ˇ bhāi dhī	天氣涼爽舒適
➥ ใจเย็น	jai yen	冷靜的、有耐心的
ต้มยำ	dom ˋ yam	酸辣湯 名
➥ ต้มยำกุ้ง	dom ˋ yam gung ˋ	酸辣蝦湯
ย่าง	yāng ˋ	烤 動
➥ ไก่ย่าง	gai ˇ yāng ˋ	烤雞
➥ เป็ดย่างปักกิ่ง	bet ˇ yāng ˋ bak ˇ ging ˇ	北京烤鴨
ยิ้ม	yim~	微笑 動
➥ เมื่อเจอแขกมาต้องยิ้มให้	mœ̄a ˋ jə̄ kɛ̄k ˇ mā dɔ̄ng ˋ yim~ hai ˋ	當看到客人來時要微笑
ตาย	dāi	死亡 動
ยุง	yung	蚊子 名
เยอะ	yə~	許多的 形
➥ มียุงเยอะมาก	mī yung yə~ māk ˋ	有很多蚊子
ยืน	yœ̄n	站立 動
ยิ่ง	ying ˋ	愈…、更… 副
➥ ยิ่งเยอะยิ่งดี	ying ˋ yə~ ying ˋ dhī	愈多愈好

泰文	拼音	中文
ยี่ห้อ	yī ˋ hɔ̄ ˋ	品牌 名
ใบเตย	bhai dāi	香蘭葉 名
เปิดเผย	bāt ˇ pāi ˊ	公開、揭露 動
เฉย	chāi ˊ	靜默的、漠然無反應的 副
เอ่ย	āi ˇ	提到、提及 動
➥ แม่เอ่ยถึงป้าไม่สบาย	mɛ̄ ˋ āi ˇ tœng ˊ bā ˋ mai ˋ sa ˇ bhāi	媽媽提及姑姑身體不好。
แยม	yɛ̄m	果醬 名
ยีนส์	yīn	牛仔（褲） 名
➥ กางเกงยีนส์	gāng gēng yīn	牛仔褲

低子音 3/24

078

發音 chɔ̄ 羅馬拼音/尾音

例字 ch/t

ช้าง 大象

chāng~

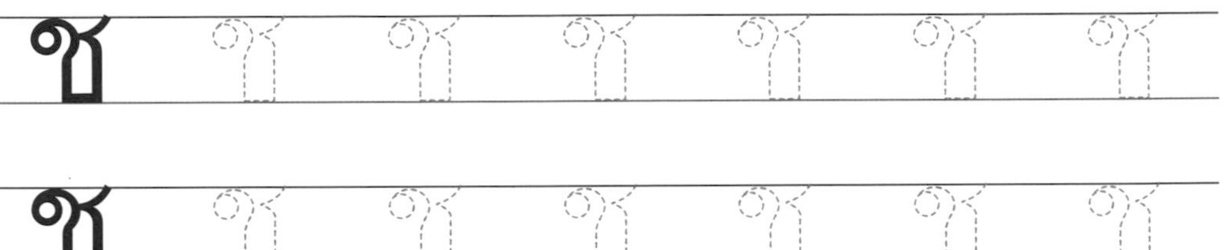

ช 是泰語字母中，屬於低音組的字母，發音為 ch；若為字尾則為濁尾音的 t 音。ช้าง (chāng~) 是它的例字，為「大象」的意思。另有一個同音的高音字母為 ฉ.ฉิ่ง 。

低子音 4/24

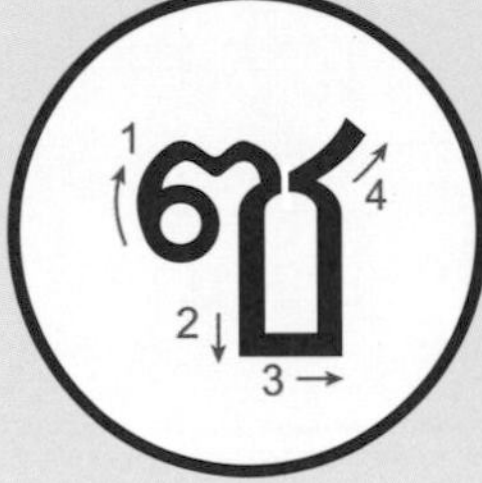

發音 sɔ̄ 羅馬拼音/尾音

例字 s/-

โซ่ 鐵鍊

sō、

ซ 是屬於泰語字母中，低音組的字母，發音為 s，不會當尾音使用。โซ่ (sō、) 是它的例字，為「鐵鍊」的意思。另有三個同音的高音字母為 ศ.ศาลา、ษ.ฤาษี 及 ส.เสือ。

高音、低音字母的音調互補關係

泰語聲調	平 聲	一 聲	二 聲	三 聲	四 聲
中文聲調	一 聲	三聲【ˇ】	四聲【ˋ】	輕聲【~】	二聲【ˊ】
中音字母	不標示	่	้	๊	๋
高音字母	✕	่	้	✕	不標示
低音字母	不標示	✕	่	้	✕

中音：有 5 個聲調。

高音：有 3 個聲調，一聲、二聲、四聲。

低音：有 3 個聲調，平聲、二聲、三聲。

請注意高音和低音，他們各自有無法發音的聲調，但若交互使用同音，但分屬高音、低音組別的字母，即可拼出5種聲調，表示如下：

◎ 範例：以高音的 ฉ 與 低音的 ช 互補（發音都為 ch）： 079

泰語聲調	平 聲	一 聲	二 聲	三 聲	四 聲
中文聲調	一 聲	三聲【ˇ】	四聲【ˋ】	輕聲【~】	二聲【ˊ】
高音字母	✕	ฉ่า chā ˇ	ฉ้า chā ˋ	✕	ฉา chā ˊ
低音字母	ชา chā	✕	ช่า chā ˋ	ช้า chā~	✕

◎ 範例：高音的 ส 與 低音的 ซ 互補（發音都為 s）：

泰語聲調	平 聲	一 聲	二 聲	三 聲	四 聲
中文聲調	一 聲	三聲【ˇ】	四聲【ˋ】	輕聲【～】	二聲【ˊ】
高音字母	✕	ส่า sā ˇ	ส้า sā ˋ	✕	สา sā ˊ
低音字母	ซา sā	✕	ซ่า sā ˋ	ซ้า sā~	✕

拼音練習 080

❶ 基本拼音＋聲調

ช (ch)	平 聲	二 聲	三 聲	ซ (s)	平 聲	二 聲	三 聲
ไ- / ใ- (ai)	ไช chai	ใช่ chai ˋ	ใช้ chai~	ไ- / ใ- (ai)	ไซ sai	ไซ่ sai ˋ	ไซ้ sai~
เ-า (ao)	เชา chao	เช่า chao ˋ	เช้า chao~	เ-า (ao)	เซา sao	เซ่า sao ˋ	เซ้า sao~
-ำ (am)	ชำ cham	ช่ำ cham ˋ	ช้ำ cham~	-ำ (am)	ซำ sam	ซ่ำ sam ˋ	ซ้ำ sam~
-า (ā)	ชา chā	ช่า chā ˋ	ช้า chā~	-า (ā)	ซา sā	ซ่า sā ˋ	ซ้า sā~
-ี (ī)	ชี chī	ชี่ chī ˋ	ชี้ chī~	-ี (ī)	ซี sī	ซี่ sī ˋ	ซี้ sī~

ช (ch)	平 聲	二 聲	三 聲	ซ (s)	平 聲	二 聲	三 聲
เ-ีย (īa)	เชีย	เชี่ย	เชี้ย	เ-ีย (īa)	เซีย	เซี่ย	เซี้ย
	chīa	chīa ˋ	chīa~		sīa	sīa ˋ	sīa~
-ื(อ) (œ̄)	ชือ	ชื่อ	ชื้อ	-ื(อ) (œ̄)	ซือ	ซื่อ	ซื้อ
	chœ̄	chœ̄ ˋ	chœ̄~		sœ̄	sœ̄ ˋ	sœ̄~
เ-ือ (œ̄a)	เชือ	เชื่อ	เชื้อ	เ-ือ (œ̄a)	เซือ	เซื่อ	เซื้อ
	chœ̄a	chœ̄a ˋ	chœ̄a~		sœ̄a	sœ̄a ˋ	sœ̄a~
-ู (ū)	ชู	ชู่	ชู้	-ู (ū)	ซู	ซู่	ซู้
	chū	chū ˋ	chū~		sū	sū ˋ	sū~
เ- (ē)	เช	เช่	เช้	เ- (ē)	เซ	เซ่	เซ้
	chē	chē ˋ	chē~		sē	sē ˋ	sē~
แ- (ɛ̄)	แช	แช่	แช้	แ- (ɛ̄)	แซ	แซ่	แซ้
	chɛ̄	chɛ̄ ˋ	chɛ̄~		sɛ̄	sɛ̄ ˋ	sɛ̄~
-อ (ɔ̄)	ชอ	ช่อ	ช้อ	-อ (ɔ̄)	ซอ	ซ่อ	ซ้อ
	chɔ̄	chɔ̄ ˋ	chɔ̄~		sɔ̄	sɔ̄ ˋ	sɔ̄~
โ- (ō)	โช	โช่	โช้	โ- (ō)	โซ	โซ่	โซ้
	chō	chō ˋ	chō~		sō	sō ˋ	sō~
เ-อ (ə̄)	เชอ	เช่อ	เช้อ	เ-อ (ə̄)	เซอ	เซ่อ	เซ้อ
	chə̄	chə̄ ˋ	chə̄~		sə̄	sə̄ ˋ	sə̄~

❷ 基本拼音＋短母音＋尾音

081

ช (ch)	清尾音		濁尾音		
	ม (m)	ง (ng)	ก (k)	ด (t)	บ (p)
ชะ (cha~)	ชัม	ชัง	ชัก	ชัด	ชับ
	cham	chang	chak~	chat~	chap~
ชิ (chi~)	ชิม	ชิง	ชิก	ชิด	ชิบ
	chim	ching	chik~	chit~	chip~
ชุ (chu~)	ชุม	ชุง	ชุก	ชุด	ชุบ
	chum	chung	chuk~	chut~	chup~
เชะ (che~)	เช็ม	เช็ง	เช็ก	เช็ด	เช็บ
	chem	cheng	chek~	chet~	chep~
โชะ (cho~)	ชม	ชง	ชก	ชด	ชบ
	chom	chong	chok~	chot~	chop~

ซ (s)	清尾音		濁尾音		
	ม (m)	ง (ng)	ก (k)	ด (t)	บ (p)
ซะ (sa~)	ซัม	ซัง	ซัก	ซัด	ซับ
	sam	sang	sak~	sat~	sap~
ซิ (si~)	ซิม	ซิง	ซิก	ซิด	ซิบ
	sim	sing	sik~	sit~	sip~
ซุ (su~)	ซุม	ซุง	ซุก	ซุด	ซุบ
	sum	sung	suk~	sut~	sup~

ซ (s)	清尾音		濁尾音		
	ม (m)	ง (ng)	ก (k)	ด (t)	บ (p)
เซะ (se~)	เซ็ม	เซ็ง	เซ็ก	เซ็ด	เซ็บ
	sem	seng	sek~	set~	sep~
โซะ (so~)	ซม	ซง	ซก	ซด	ซบ
	som	song	sok~	sot~	sop~

③ 基本拼音＋長母音＋尾音

ช (ch)	清尾音		濁尾音		
	ม (m)	ง (ng)	ก (k)	ด (t)	บ (p)
ชา (chā)	ชาม	ชาง	ชาก	ชาด	ชาบ
	chām	chāng	chāk ˋ	chāt ˋ	chāp ˋ
ชี (chī)	ชีม	ชีง	ชีก	ชีด	ชีบ
	chīm	chīng	chīk ˋ	chīt ˋ	chīp ˋ
เชีย (chīa)	เชียม	เชียง	เชียก	เชียด	เชียบ
	chīam	chīang	chīak ˋ	chīat ˋ	chīap ˋ
ชือ (chœ̄)	ชืม	ชืง	ชืก	ชืด	ชืบ
	chœ̄m	chœ̄ng	chœ̄k ˋ	chœ̄t ˋ	chœ̄p ˋ
เชือ (chœ̄a)	เชือม	เชือง	เชือก	เชือด	เชือบ
	chœ̄am	chœ̄ang	chœ̄ak ˋ	chœ̄at ˋ	chœ̄ap ˋ
ชู (chū)	ชูม	ชูง	ชูก	ชูด	ชูบ
	chūm	chūng	chūk ˋ	chūt ˋ	chūp ˋ
เช (chē)	เชม	เชง	เชก	เชด	เชบ
	chēm	chēng	chēk ˋ	chēt ˋ	chēp ˋ

ช (ch)	清尾音		濁尾音		
	ม (m)	ง (ng)	ก (k)	ด (t)	บ (p)
แช (chɛ̄)	แชม	แชง	แชก	แชด	แชบ
	chɛ̄m	chɛ̄ng	chɛ̄k ˋ	chɛ̄t ˋ	chɛ̄p ˋ
ชอ (chɔ̄)	ชอม	ชอง	ชอก	ชอด	ชอบ
	chɔ̄m	chɔ̄ng	chɔ̄k ˋ	chɔ̄t ˋ	chɔ̄p ˋ
โช (chō)	โชม	โชง	โชก	โชด	โชบ
	chōm	chōng	chōk ˋ	chōt ˋ	chōp ˋ
เชอ (chə̄)	เชิม	เชิง	เชิก	เชิด	เชิบ
	chə̄m	chə̄ng	chə̄k ˋ	chə̄t ˋ	chə̄p ˋ

ซ (s)	清尾音		濁尾音		
	ม (m)	ง (ng)	ก (k)	ด (t)	บ (p)
ซา (sā)	ซาม	ซาง	ซาก	ซาด	ซาบ
	sām	sāng	sāk ˋ	sāt ˋ	sāp ˋ
ซี (sī)	ซีม	ซีง	ซีก	ซีด	ซีบ
	sīm	sīng	sīk ˋ	sīt ˋ	sīp ˋ
เซีย (sīa)	เซียม	เซียง	เซียก	เซียด	เซียบ
	sīam	sīang	sīak ˋ	sīat ˋ	sīap ˋ
ซือ (sœ̄)	ซืม	ซืง	ซืก	ซืด	ซืบ
	sœ̄m	sœ̄ng	sœ̄k ˋ	sœ̄t ˋ	sœ̄p ˋ
เซือ (sœ̄a)	เซือม	เซือง	เซือก	เซือด	เซือบ
	sœ̄am	sœ̄ang	sœ̄ak ˋ	sœ̄at ˋ	sœ̄ap ˋ

ซ (s)	清尾音		濁尾音		
	ม (m)	ง (ng)	ก (k)	ด (t)	บ (p)
ซู (sū)	ซูม	ซูง	ซูก	ซูด	ซูบ
	sūm	sūng	sūk ˋ	sūt ˋ	sūp ˋ
เซ (sē)	เซม	เซง	เซก	เซด	เซบ
	sēm	sēng	sēk ˋ	sēt ˋ	sēp ˋ
แซ (sɛ̄)	แซม	แซง	แซก	แซด	แซบ
	sɛ̄m	sɛ̄ng	sɛ̄k ˋ	sɛ̄t ˋ	sɛ̄p ˋ
ซอ (sɔ̄)	ซอม	ซอง	ซอก	ซอด	ซอบ
	sɔ̄m	sɔ̄ng	sɔ̄k ˋ	sɔ̄t ˋ	sɔ̄p ˋ
โซ (sō)	โซม	โซง	โซก	โซด	โซบ
	sōm	sōng	sōk ˋ	sōt ˋ	sōp ˋ
เซอ (sə̄)	เซิม	เซิง	เซิก	เซิด	เซิบ
	sə̄m	sə̄ng	sə̄k ˋ	sə̄t ˋ	sə̄p ˋ

例字

082

泰文	拼音	中文
ช้าง	chāng~	大象 名
➡ ขี่ช้าง	kī ˇ chāng~	騎大象
เชือก	chœ̄ak ˋ	1. 繩子 名 2. 專門計算大象的單位 量
➡ ผูกเชือก	pūk ˇ chœ̄ak ˋ	綁繩子

泰文	拼音	中文
➥ ช้างสี่เชือก	chāng~ sī ˇ chœ̄ak ˋ	四隻大象
โซ่	sō ˋ	鐵鍊 名
ชอบ	chɔ̄p ˋ	喜歡 動
➥ ชอบกินแกงจืด	chɔ̄p ˋ gin gɛ̄ng jœ̄t ˇ	喜歡喝清湯
ชาย	chāi	男性的 形
➥ ผู้ชาย	pū ˋ chāi	男生
➥ เด็กชาย	dhek ˇ chāi	男童
ซื้อ	sœ̄~	購買 動
➥ ซื้อของ	sœ̄~ kɔ̄ng ˊ	買東西
ใช่	chai ˋ	是的，對的 嘆
ใช้	chai~	使用 動
➥ ใช้ได้	chai~ dhāi ˋ	可以使用
➥ ใช้ไม่ได้	chai~ mai ˋ dhāi ˋ	不能使用
ซอย	sɔ̄i	巷子 名
➥ ปากซอย	bāk ˇ sɔ̄i	巷口
➥ เข้าซอย	kao ˋ sɔ̄i	進入巷子
ซัก	sak~	洗（衣） 動

泰文	拼音	中文
➡ ซักผ้า	sak~ pā丶	洗衣服
เช็ด	chet~	擦拭 動
➡ ผ้าเช็ดปาก	pā丶chet~ bāk ˅	餐巾布
➡ ผ้าเช็ดมือ	pā丶chet~ mœ	拭手巾
ช้า	chā~	慢的 形
➡ ขับช้าๆ	kap ˅ chā~ chā~	慢慢開車
ชง	chong	沖泡 動
ชา	chā	茶 名
➡ ชงชา	chong chā	沖茶
➡ ชาดำเย็น	chā dham yen	冰紅茶
เช่า	chao丶	租 動
➡ เช่าห้อง	chao丶hɔ̄ng丶	租房間
➡ ให้เช่า	hai丶chao丶	出租
เช้า	chao~	早 名
➡ ตอนเช้า	dɔ̄n chao~	在早晨
ซ้าย	sāi~	左 名
➡ ข้างซ้าย	kāng丶sāi~	左邊
➡ ซ้ายมือ	sāi~ mœ	左手邊

泰文	拼音	中文
➥ มือซ้าย	mōē sāi~	左手
ชื่อ	chōē丶	名叫… 動
➥ ผม/ฉัน ชื่อ...	pom ˊ /chan ˊ chōē丶	我名叫做…（男／女）
เชื่อ	chōēa丶	相信 動
➥ ผม/ฉัน ไม่เชื่อ	pom ˊ /chan ˊ mai丶 chōēa丶	我不相信（男／女）
ช่าง	chāng 丶	技師 名
➥ ช่างตัดผม	chāng丶 dat ˇ pom ˊ	理髮師
ซุป	sup~	湯 名

低子音 5/24

083

發音 ngɔ̄ 羅馬拼音/尾音

例字 ng/ng

งู 蛇

ngū

ง ง

ง ง

ง 是泰語字母中，屬於低音組的字母，發音為 ng，งู (ngū) 是它的例字，為「蛇」的意思。

這個字母若放在字首，即是將母音發成鼻音。例如：โง้ (ngō~) 的發音，即是台語的「吳」的發音。

若放在字尾當成尾音的話，就發 ng 的清尾音 (見第 5 課)。

拼音練習

❶ 基本拼音＋短母音ไ (ai) / ใ (ai) / เ-า (ao) / -ำ (am)＋聲調

子音＋母音		短音平聲	短音二聲	短音三聲
ง (ng)	ไ- / ใ- (ai)	ไง	ไง่	ไง้
		ngai	ngai、	ngai~

子音＋母音		短音平聲	短音二聲	短音三聲
ง (ng)	-ำ (am)	งำ	ง่ำ	ง้ำ
		ngam	ngam 丶	ngam~
	เ-า (ao)	เงา	เง่า	เง้า
		ngao	ngao 丶	ngao~

❷ 基本拼音＋配對母音＋聲調

子音＋母音		短音三聲	長音平聲	長音二聲	長音三聲
ง (ng)	-ะ / -า (a / ā)	งะ	งา	ง่า	ง้า
		nga~	ngā	ngā 丶	ngā~
	-ิ / -ี (i / ī)	งิ	งี	งี่	งี้
		ngi~	ngī	ngī 丶	ngī~
	เ-ียะ / เ-ีย (ia / īa)	เงียะ	เงีย	เงี่ย	เงี้ย
		ngia~	ngīa	ngīa 丶	ngīa~
	-ึ / -ื (อ) (œ / œ̄)	งึ	งือ	งื่อ	งื้อ
		ngœ~	ngœ̄	ngœ̄ 丶	ngœ̄~
	เ-ือะ / เ-ือ (œa / œ̄a)	เงือะ	เงือ	เงื่อ	เงื้อ
		ngœa~	ngœ̄a	ngœ̄a 丶	ngœ̄a~
	-ุ / -ู (u / ū)	งุ	งู	งู่	งู้
		ngu~	ngū	ngū 丶	ngū~
	เ-ะ / เ- (e / ē)	เงะ	เง	เง่	เง้
		nge~	ngē	ngē 丶	ngē~
	แ-ะ / แ- (ɛ / ɛ̄)	แงะ	แง	แง่	แง้
		ngɛ~	ngɛ̄	ngɛ̄ 丶	ngɛ̄~

子音+母音		短音三聲	長音平聲	長音二聲	長音三聲
ง (ng)	เ-าะ / -อ (ɔ / ɔ̄)	เงาะ	งอ	ง่อ	ง้อ
		ngɔ~	ngɔ̄	ngɔ̄ ˋ	ngɔ̄~
	โ-ะ / โ- (o / ō)	โงะ	โง	โง่	โง้
		ngo~	ngō	ngō ˋ	ngō~
	เ-อะ / เ-อ (ə / ə̄)	เงอะ	เงอ	เง่อ	เง้อ
		ngə~	ngə̄	ngə̄ ˋ	ngə̄~

③ 基本拼音+清尾音 น/ง/ม/ย ●依聲調符號發音。 084

子音+母音	น (n)	ง (ng)	ม (m)	ย (i)
งะ (nga~)	งัน	งัง	งัม	งัย
	ngan	ngang	ngam	ngai
งา (ngā)	งาน	งาง	งาม	งาย
	ngān	ngāng	ngām	ngāi
งิ (ngi~)	งิน	งิง	งิม	×
	ngin	nging	ngim	
งี (ngī)	งีน	งีง	งีม	×
	ngīn	ngīng	ngīm	
เงีย (ngīa)	เงียน	เงียง	เงียม	×
	ngīan	ngīang	ngīam	
งึ (ngœ~)	งึน	งึง	งึม	×
	ngœn	ngœng	ngœm	
งือ (ngœ̄)	งืน	งืง	งืม	×
	ngœ̄n	ngœ̄ng	ngœ̄m	

子音+母音	น (n)	ง (ng)	ม (m)	ย (i)
เงือ (ngœ̄a)	เงือน ngœ̄an	เงือง ngœ̄ang	เงือม ngœ̄am	เงือย ngœ̄ai
งุ (ngu~)	งุน ngun	งุง ngung	งุม ngum	×
งู (ngū)	งูน ngūn	งูง ngūng	งูม ngūm	×
เงะ (nge~)	เง็น ngen	เง็ง ngeng	เง็ม ngem	×
เง (ngē)	เงน ngēn	เงง ngēng	เงม ngēm	×
แงะ (ngɛ~)	แง็น ngɛn	แง็ง ngɛng	แง็ม ngɛm	×
แง (ngɛ̄)	แงน ngɛ̄n	แงง ngɛ̄ng	แงม ngɛ̄m	×
งอ (ngɔ̄)	งอน ngɔ̄n	งอง ngɔ̄ng	งอม ngɔ̄m	งอย ngɔ̄i
โงะ (ngo~)	งน ngon	งง ngong	งม ngom	×
โง (ngō)	โงน ngōn	โงง ngōng	โงม ngōm	โงย ngōi
เงอ (ngə̄)	เงิน ngə̄n	เงิง ngə̄ng	เงิม ngə̄m	เงย ngə̄i

❹ 基本拼音＋濁尾音

●配短母音發第三聲，配長母音發第二聲。

子音 + 母音	ก (k) ก / ข		ด (t) จ/ด/ต/ฎ/ฏ ถ/ฐ/ศ/ษ/ส/ช		บ (p) บ / ป	
	二 聲	三 聲	二 聲	三 聲	二 聲	三 聲
งะ (nga~)	×	งัก ngak~	×	งัด ngat~	×	งับ ngap~
งา (ngā)	งาก ngāk ˋ	×	งาด ngāt ˋ	×	งาบ ngāp ˋ	×
งิ (ngi~)	×	งิก ngik~	×	งิด ngit~	×	งิบ ngip~
งี (ngī)	งีก ngīk ˋ	×	งีด ngīt ˋ	×	งีบ ngīp ˋ	×
เงีย (ngīa)	เงียก ngīak ˋ	×	เงียด ngīat ˋ	×	เงียบ ngīap ˋ	×
งึ (ngœ~)	×	งึก ngœk~	×	งึด ngœt~	×	งึบ ngœp~
งือ (ngœ̄)	งืก ngœ̄k ˋ	×	งืด ngœ̄t ˋ	×	งืบ ngœ̄p ˋ	×
เงือ (ngœ̄a)	เงือก ngœ̄ak ˋ	×	เงือด ngœ̄at ˋ	×	เงือบ ngœ̄ap ˋ	×
งุ (ngu~)	×	งุก nguk~	×	งุด ngut~	×	งุบ ngup~

子音 + 母音	ก (k) ก / ข		ด (t) จ/ด/ต/ฎ/ฏ ถ/ฐ/ศ/ษ/ส/ช		บ (p) บ / ป	
	二 聲	三 聲	二 聲	三 聲	二 聲	三 聲
งู (ngū)	งูก ngūk ˋ	×	งูด ngūt ˋ	×	งูบ ngūp ˋ	×
เงะ (nge~)	×	เง็ก ngek~	×	เง็ด nget~	×	เง็บ ngep~
เง (ngē)	เงก ngēk ˋ	×	เงด ngēt ˋ	×	เงบ ngēp ˋ	×
แงะ (ngɛ~)	×	แง็ก ngɛk~	×	แง็ด ngɛt~	×	แง็บ ngɛp~
แง (ngɛ̄)	แงก ngɛ̄k ˋ	×	แงด ngɛ̄t ˋ	×	แงบ ngɛ̄p ˋ	×
งอ (ngɔ̄)	งอก ngɔ̄k ˋ	×	งอด ngɔ̄t ˋ	×	งอบ ngɔ̄p ˋ	×
โงะ (ngo~)	×	งก ngok~	×	งด ngot~	×	งบ ngop~
โง (ngō)	โงก ngōk ˋ	×	โงด ngōt ˋ	×	โงบ ngōp ˋ	×
เงอ (ngə̄)	เงิก ngə̄k ˋ	×	เงิด ngə̄t ˋ	×	เงิบ ngə̄p ˋ	×

例字

085

泰文	拼音	中文
งู	ngū	蛇 名
➥ งูเห่า	ngū hao ˇ	眼鏡蛇
เงิน	ngən	1. 錢 名 2. 銀 名
➥ จ่ายเงิน	jāi ˇ ngən	付錢
➥ เงินสด	ngən sot ˇ	現金
➥ สีเงิน	sī ˊ ngən	銀色
ยังไง	yang ngai	如何？怎樣？ 疑
➥ ไปยังไง	bai yang ngai	怎麼去?
เงาะ	ngɔ~	紅毛丹 名
➥ ซื้อเงาะ	sœ̄~ ngɔ~	買紅毛丹
ง่าย	ngāi ˋ	容易的 形
➥ ง่ายไม่ยาก	ngāi ˋ mai ˋ yāk ˋ	簡單不難
โง่	ngō ˋ	愚笨的 形
➥ เขาโง่มาก	kao ˊ ngō ˋ māk ˋ	他很笨
งง	ngong	困惑、搞不懂 動
งาน	ngān	工作 名
➥ ตกงาน	dok ˇ ngān	失業

泰文	拼音	中文
➡ งานยุ่ง	ngān yung ˋ	工作忙碌
➡ งานเยอะ	ngān yə~	工作多

低子音 6/24

086

發音 ไว

羅馬拼音/尾音 l/n

例字

ลิง 猴子
ling

ล ล ล ล ล ล ล

ล ล ล ล ล ล ล

ล 是泰語字母中，屬於低音組的字母，發音為 l，若為字尾則為清尾音的 n 音。ลิง (ling) 是它的例字，為「猴子」的意思。

連音 กล/ปล/ขล/ผล

泰語裡有幾個音稱為「連音」，即發音時兩音必須相連，就好比英文 bride, proud, click, blank 等等，一樣的意思，從本課起會慢慢介紹。連音的情況之下，音調符號寫在第二個字母上，但按照第一個字母的組別發音。

本課介紹 กล- (gl)、ปล- (bl)、ขล- (kl)、ผล- (pl) 4 音。

◎ 範例：無聲調符號，故為平聲。

กล (gl) + ไ (ai) = ไกล (glai)

◎ 範例：聲調符號寫在第二個字母 ล 上面，但以字首中音 ก 發音，故為第二聲。

กล (gl) + ใ (ai) + ้ = ใกล้ (glai、)

◎ 範例：聲調符號寫在第二個字母 ล 上面，但以字首中音 ก 發音，故為第一聲。

กล (gl) + อ (ɔ̄) + ง (ng) + ่ = กล่อง (glɔ̄ng ˇ)

◎ 範例：聲調符號寫在第二個字母 ล 上面，但以字首中音 ป 發音，故為第一聲。

ปล (bl) + เ-า (ao) + ่ = เปล่า (blao ˇ)

◎ 範例：以字首高音 ข 發音，遇濁尾音故固定發第一聲。

ขล (kl) + า (ā) + ด (t) = ขลาด (klāt ˇ)

◎ 範例：以字首高音 ผ 發音，遇濁尾音故固定發第一聲。

ผล (pl) + ะ (a) + ก (k) = ผลัก (plak ˇ)

拼音練習

087

❶ 基本拼音＋短母音ไ (ai) / ใ (ai) / เ-า (ao) / -ำ (am)＋聲調

子音＋母音		短音平聲	短音二聲	短音三聲
ล (l)	ไ- / ใ- (ai)	ไล	ไล่	ไล้
		lai	lai ˋ	lai~
	-ำ (am)	ลำ	ล่ำ	ล้ำ
		lam	lam ˋ	lam~
	เ-า (ao)	เลา	เล่า	เล้า
		lao	lao ˋ	lao~

❷ 基本拼音＋配對母音＋聲調

子音＋母音		短音三聲	長音平聲	長音二聲	長音三聲
ล (l)	-ะ / -า (a / ā)	ละ	ลา	ล่า	ล้า
		la~	lā	lā ˋ	lā~
	-ิ / -ี (i / ī)	ลิ	ลี	ลี่	ลี้
		li~	lī	lī ˋ	lī~
	เ-ียะ / เ-ีย (ia / īa)	เลียะ	เลีย	เลี่ย	เลี้ย
		lia~	līa	līa ˋ	līa~
	-ึ / -ื(อ) (œ / œ̄)	ลึ	ลือ	ลื่อ	ลื้อ
		lœ~	lœ̄	lœ̄ ˋ	lœ̄~
	เ-ือะ / เ-ือ (œa / œ̄a)	เลือะ	เลือ	เลื่อ	เลื้อ
		lœa~	lœ̄a	lœ̄a ˋ	lœ̄a~
	-ุ / -ู (u / ū)	ลุ	ลู	ลู่	ลู้
		lu~	lū	lū ˋ	lū~
	เ-ะ / เ- (e / ē)	เละ	เล	เล่	เล้
		le~	lē	lē ˋ	lē~
	แ-ะ / แ- (ɛ / ɛ̄)	และ	แล	แล่	แล้
		lɛ~	lɛ̄	lɛ̄ ˋ	lɛ̄~
	เ-าะ / -อ (ɔ / ɔ̄)	เลาะ	ลอ	ล่อ	ล้อ
		lɔ~	lɔ̄	lɔ̄ ˋ	lɔ̄~

子音+母音		短音三聲	長音平聲	長音二聲	長音三聲
ล (l)	โ-ะ / โ- (o / ō)	โละ	โล	โล่	โล้
		lo~	lō	lō ˋ	lō~
	เ-อะ / เ-อ (ə / ə̄)	เลอะ	เลอ	เล่อ	เล้อ
		lə~	lə̄	lə̄ ˋ	lə̄~

❸ 基本拼音+清尾音

●依聲調符號發音。 088

子音+母音	น (n) น / ล	ง (ng)	ม (m)	ย (i)
ละ (la~)	ลัน	ลัง	ลัม	ลัย
	lan	lang	lam	lai
ลา (lā)	ลาน	ลาง	ลาม	ลาย
	lān	lāng	lām	lāi
ลิ (li~)	ลิน	ลิง	ลิม	×
	lin	ling	lim	
ลี (lī)	ลีน	ลีง	ลีม	×
	līn	līng	līm	
เลีย (līa)	เลียน	เลียง	เลียม	×
	līan	līang	līam	
ลึ (lœ~)	ลึน	ลึง	ลึม	×
	lœn	lœng	lœm	
ลือ (lœ̄)	ลืน	ลืง	ลืม	×
	lœ̄n	lœ̄ng	lœ̄m	

子音+母音	น (n) น / ล	ง (ng)	ม (m)	ย (i)
เลือ (lœ̄a)	เลือน	เลือง	เลือม	เลือย
	lœ̄an	lœ̄ang	lœ̄am	lœ̄ai
ลุ (lu~)	ลุน	ลุง	ลุม	ลุย
	lun	lung	lum	lui
ลู (lū)	ลูน	ลูง	ลูม	ลูย
	lūn	lūng	lūm	lūi
เละ (le~)	เล็น	เล็ง	เล็ม	×
	len	leng	lem	
เล (lē)	เลน	เลง	เลม	×
	lēn	lēng	lēm	
และ (lɛ~)	แล็น	แล็ง	แล็ม	×
	lɛn	lɛng	lɛm	
แล (lɛ̄)	แลน	แลง	แลม	×
	lɛ̄n	lɛ̄ng	lɛ̄m	
ลอ (lɔ̄)	ลอน	ลอง	ลอม	ลอย
	lɔ̄n	lɔ̄ng	lɔ̄m	lɔ̄i
โละ (lo~)	ลน	ลง	ลม	×
	lon	long	lom	
โล (lō)	โลน	โลง	โลม	โลย
	lōn	lōng	lōm	lōi

子音+母音	น (n) น / ล	ง (ng)	ม (m)	ย (i)
เลอ (lə̄)	เลิน lə̄n	เลิง lə̄ng	เลิม lə̄m	เลย lə̄i

④ 基本拼音+濁尾音 ●配短母音發第三聲，配長母音發第二聲。

子音+母音	ก (k) ก / ข		ด (t) จ/ด/ต/ฎ/ฏ ถ/ฐ/ศ/ษ/ส/ช		บ (p) บ / ป	
	二 聲	三 聲	二 聲	三 聲	二 聲	三 聲
ละ (la~)	×	ลัก lak~	×	ลัด lat~	×	ลับ lap~
ลา (lā)	ลาก lāk ˋ	×	ลาด lāt ˋ	×	ลาบ lāp ˋ	×
ลิ (li~)	×	ลิก lik~	×	ลิด lit~	×	ลิบ lip~
ลี (lī)	ลีก līk ˋ	×	ลีด līt ˋ	×	ลีบ līp ˋ	×
เลีย (līa)	เลียก līak ˋ	×	เลียด līat ˋ	×	เลียบ līap ˋ	×
ลึ (lœ~)	×	ลึก lœk~	×	ลึด lœt~	×	ลึบ lœp~
ลือ (lœ̄)	ลืก lœ̄k ˋ	×	ลืด lœ̄t ˋ	×	ลืบ lœ̄p ˋ	×

子音 + 母音	ก (k) ก / ข		ด (t) จ/ด/ต/ฎ/ฏ ถ/ฐ/ศ/ษ/ส/ช		บ (p) บ / ป	
	二 聲	三 聲	二 聲	三 聲	二 聲	三 聲
เลือ (lœ̄a)	เลือก lœ̄ak ˋ	×	เลือด lœ̄at ˋ	×	เลือบ lœ̄ap ˋ	×
ลุ (lu~)	×	ลุก luk~	×	ลุด lut~	×	ลุบ lup~
ลู (lū)	ลูก lūk ˋ	×	ลูด lūt ˋ	×	ลูบ lūp ˋ	×
เละ (le~)	×	เล็ก lek~	×	เล็ด let~	×	เล็บ lep~
เล (lē)	เลก lēk ˋ	×	เลด lēt ˋ	×	เลบ lēp ˋ	×
และ (lɛ~)	×	แล็ก lɛk~	×	แล็ด lɛt~	×	แล็บ lɛp~
แล (lɛ̄)	แลก lɛ̄k ˋ	×	แลด lɛ̄t ˋ	×	แลบ lɛ̄p ˋ	×
ลอ (lɔ̄)	ลอก lɔ̄k ˋ	×	ลอด lɔ̄t ˋ	×	ลอบ lɔ̄p ˋ	×
โละ (lo~)	×	ลก lok~	×	ลด lot~	×	ลบ lop~

子音 + 母音	ก (k) ก/ข		ด (t) จ/ด/ต/ฎ/ฏ ถ/ฐ/ศ/ษ/ส/ช		บ (p) บ/ป	
	二聲	三聲	二聲	三聲	二聲	三聲
โล (lō)	โลก lōk、	×	โลด lōt、	×	โลบ lōp、	×
เลอ (lə̄)	เลิก lə̄k、	×	เลิด lə̄t、	×	เลิบ lə̄p、	×

例字

089

泰文	拼音	中文
และ	lɛ~	和、與 連
ลิง	ling	猴子 名
ล่าง	lāng、	下方 形
➡ ข้างล่าง	kāng、lāng、	下方
ชั้น	chan~	樓層 名
➡ ชั้นล่าง	chan~ lāng、	樓下
➡ ชั้นบน	chan~ bhon	樓上
เล่น	lēn、	玩、遊戲 動
➡ เล่นเกมส์	lēn、gēm	玩遊戲
➡ เดินเล่น	dhə̄n lēn、	散步

泰文	拼音	中文
ผลไม้ (ผน-ละ-ไม้)	pon ˊ la~ mai~	水果 名
➡ แอปเปิ้ล	ɛp ˇ bən ˋ	蘋果
➡ มะละกอ	ma~ la~ gɔ̄	木瓜
➡ สาลี่	sā ˊ lī ˋ	梨子
➡ ลิ้นจี่	lin~ jī ˇ	荔枝
➡ ลำไย	lam yai	龍眼
ล้าน	lān~	百萬 數
➡ สามล้าน	sām ˊ lān~	三百萬
ลืม	lœ̄m	1. 忘記 動 2. 睜開（眼） 動
➡ ขี้ลืม	kī ˋ lœ̄m	健忘的
➡ ลืมตา	lœ̄m dā	睜開眼睛
ลง	long	往下 動
➡ เดินลงไป	dhən long bai	往下走
ก็เลย	gɔ ˋ ləi	所以… 連
➡ เขาขี้ลืมก็เลยจำไม่ได้	kao ˊ kī ˋ lœ̄m gɔ ˋ ləi jam mai ˋ dhai ˋ	他健忘所以記不住
เลย	ləi	無意，表示強調語氣 嘆

泰文	拼音	中文
➥ ต้มยำกุ้งเผ็ดมากเลย	dom ˋ yam gung ˋ pet ˇ māk ˋ lāi	酸辣蝦湯好辣
➥ ดีมากเลย	dhī māk ˋ lāi	真好
บิล	bhin	帳單（英文Bill的音譯） 名
ศาล	sān ˊ	法庭 名
➥ ขึ้นศาล	kœn ˋ sān ˊ	上法庭
ผลัก	plak ˇ	推 動
ขี้ขลาด	kī ˋ klāt ˇ	膽小的 形
เกลือ	glœ̄a	鹽 名
กลาง	glāng	中間 名
➥ ศูนย์กลาง	sūn ˊ glāng	中心、中心點
ไกล	glai	遠的 形
ใกล้	glai ˋ	近的 形
เกลียด	glīat ˇ	討厭 動
กล่อง	glɔ̄ng ˇ	盒子 名
➥ เอากล่องมา	ao glɔ̄ng ˇ mā	拿盒子來
ปลาย	blāi	末尾 名
➥ ต้นเดือน	don ˋ dhœ̄an	月初

泰文	拼音	中文
➡ กลางเดือน	glāng dhœ̄an	月中
➡ ปลายเดือน	blāi dhœ̄an	月底
เปลี่ยน	blīan ˇ	改變 動
➡ เปลี่ยนใจ	blīan ˇ jai	改變主意
➡ เปลี่ยนเสื้อ	blīan ˇ sœ̄a ˋ	更衣、換衣服

低子音 7/24

090

發音 pɔ̄ 羅馬拼音/尾音 p/p

例字

พาน 高腳盤

pān

พ พ

พ 是泰語字母中，屬於低音組的字母，發音為 p，若為字尾則為濁尾音的 p 音。พาน (pān) 是它的例字，為「高腳盤」的意思。

低子音 8/24

發音 fɔ̄ 羅馬拼音/尾音 f/p

例字

ฟัน 牙齒

fan

ฟ ฟ

ฟ 是泰語字母中，屬於低音組的字母，發音為 f，若為字尾則為濁尾音的 p 音。ฟัน (fan) 是它的例字，為「牙齒」的意思。

注意寫法 ผ/ฝ/พ/ฟ

請仔細區分 ผ（高音 p）、ฝ（高音 f）、พ（低音 p）、ฟ（低音 f）四個字母的寫法、發音及所屬的高音、低音組別。

ผ（高音 p）				
ฝ（高音 f）				
พ（低音 p）				
ฟ（低音 f）				

連音 พล

本課介紹連音 พล-（pl）。

◎ 範例：以第一個字母低音 พ 發音，遇長母音的濁尾音固定發第二聲。

พล (pl) + า (ā) + ด (t) = พลาด (plāt、)

◎ 範例：以第一個字母低音 พ 發音，遇清尾音照聲調符號唸，無聲符唸平聲。

พล (pl) + เ (ē) + ง (ng) = เพลง (plēng)

◎ 範例：以第一個字母低音 พ 發音，遇清尾音照聲調符號唸，無聲符唸平聲。

พล (pl) + อ (ɔ̄) + ย (i) = พลอย (plɔ̄i)

注意：與上一課的 ผล- 連音比較一下。ผล- 是高音; พล- 是低音。

拼音練習 091

❶ 基本拼音＋短母音ไ (ai) / ใ (ai) / เ-า (ao) / -ำ (am)＋聲調

พ (p)	平 聲	二 聲	三 聲	ฟ (f)	平 聲	二 聲	三 聲
ไ- / ใ- (ai)	ไพ	ไพ่	ไพ้	ไ- / ใ- (ai)	ไฟ	ไฟ่	ไฟ้
	pai	pai ˋ	pai~		fai	fai ˋ	fai~
เ-า (ao)	เพา	เพ่า	เพ้า	เ-า (ao)	เฟา	เฟ่า	เฟ้า
	pao	pao ˋ	pao~		fao	fao ˋ	fao~
-ำ (am)	พำ	พ่ำ	พ้ำ	-ำ (am)	ฟำ	ฟ่ำ	ฟ้ำ
	pam	pam ˋ	pam~		fam	fam ˋ	fam~

❷ 基本拼音＋長音母音＋聲調

พ (p)	平 聲	二 聲	三 聲	ฟ (f)	平 聲	二 聲	三 聲
-า (ā)	พา	พ่า	พ้า	-า (ā)	ฟา	ฟ่า	ฟ้า
	pā	pā ˋ	pā~		fā	fā ˋ	fā~
-ี (ī)	พี	พี่	พี้	-ี (ī)	ฟี	ฟี่	ฟี้
	pī	pī ˋ	pī~		fī	fī ˋ	fī~
เ-ีย (īa)	เพีย	เพี่ย	เพี้ย	เ-ีย (īa)	เฟีย	เฟี่ย	เฟี้ย
	pīa	pīa ˋ	pīa~		fīa	fīa ˋ	fīa~
-ื(อ) (œ̄)	พือ	พื่อ	พื้อ	-ื(อ) (œ̄)	ฟือ	ฟื่อ	ฟื้อ
	pœ̄	pœ̄ ˋ	pœ̄~		fœ̄	fœ̄ ˋ	fœ̄~
เ-ือ (œ̄a)	เพือ	เพื่อ	เพื้อ	เ-ือ (œ̄a)	เฟือ	เฟื่อ	เฟื้อ
	pœ̄a	pœ̄a ˋ	pœ̄a~		fœ̄a	fœ̄a ˋ	fœ̄a~

พ (p)	平聲	二聲	三聲	ฟ (f)	平聲	二聲	三聲
-ู (ū)	พู	พู่	พู้	-ู (ū)	ฟู	ฟู่	ฟู้
	pū	pū ˋ	pū~		fū	fū ˋ	fū~
เ- (ē)	เพ	เพ่	เพ้	เ- (ē)	เฟ	เฟ่	เฟ้
	pē	pē ˋ	pē~		fē	fē ˋ	fē~
แ- (ɛ̄)	แพ	แพ่	แพ้	แ- (ɛ̄)	แฟ	แฟ่	แฟ้
	pɛ̄	pɛ̄ ˋ	pɛ̄~		fɛ̄	fɛ̄ ˋ	fɛ̄~
-อ (ɔ̄)	พอ	พ่อ	พ้อ	-อ (ɔ̄)	ฟอ	ฟ่อ	ฟ้อ
	pɔ̄	pɔ̄ ˋ	pɔ̄~		fɔ̄	fɔ̄ ˋ	fɔ̄~
โ- (ō)	โพ	โพ่	โพ้	โ- (ō)	โฟ	โฟ่	โฟ้
	pō	pō ˋ	pō~		fō	fō ˋ	fō~
เ-อ (ə̄)	เพอ	เพ่อ	เพ้อ	เ-อ (ə̄)	เฟอ	เฟ่อ	เฟ้อ
	pə̄	pə̄ ˋ	pə̄~		fə̄	fə̄ ˋ	fə̄~

③ 基本拼音＋短母音+尾音 092

พ (p)	清尾音		濁尾音		
	ม (m)	ย (i)	ก (k)	ด (t)	บ (p)
พะ (pa~)	พัม	พัย	พัก	พัด	พับ
	pam	pai	pak~	pat~	pap~
พึ (pœ~)	พึม	×	พึก	พึด	พึบ
	pœm		pœk~	pœt~	pœp~
พุ (pu~)	พุม	พุย	พุก	พุด	พุบ
	pum	pui	puk~	put~	pup~

พ (p)	清尾音		濁尾音		
	ม (m)	ย (i)	ก (k)	ด (t)	บ (p)
เพะ (pe~)	เพ็ม pem	×	เพ็ก pek~	เพ็ด pet~	เพ็บ pep~
โพะ (po~)	พม pom	×	พก pok~	พด pot~	พบ pop~

ฟ (f)	清尾音		濁尾音		
	ม (m)	ย (i)	ก (k)	ด (t)	บ (p)
ฟะ (fa~)	ฟัม fam	ฟัย fai	ฟัก fak~	ฟัด fat~	ฟับ fap~
ฟิ (fi~)	ฟิม fim	×	ฟิก fik~	ฟิด fit~	ฟิบ fip~
ฟึ (fœ~)	ฟึม fœm	×	ฟึก fœk~	ฟึด fœt~	ฟึบ fœp~
ฟุ (fu~)	ฟุม fum	ฟุย fui	ฟุก fuk~	ฟุด fut~	ฟุบ fup~
โฟะ (fo~)	ฟม fom	×	ฟก fok~	ฟด fot~	ฟบ fop~

❹ 基本拼音＋長母音+尾音

พ (p)	清尾音		濁尾音		
	ม (m)	ย (i)	ก (k)	ด (t)	บ (p)
-ี (ī)	พีม pīm	×	พีก pīk ˋ	พีด pīt ˋ	พีบ pīp ˋ
เ-ีย (īa)	เพียม pīam	×	เพียก pīak ˋ	เพียด pīat ˋ	เพียบ pīap ˋ
-ื(อ) (œ̄)	พืม pœ̄m	×	พืก pœ̄k ˋ	พืด pœ̄t ˋ	พืบ pœ̄p ˋ
เ-ือ (œ̄a)	เพือม pœ̄am	เพือย pœ̄ai	เพือก pœ̄ak ˋ	เพือด pœ̄at ˋ	เพือบ pœ̄ap ˋ
-ู (ū)	พูม pūm	×	พูก pūk ˋ	พูด pūt ˋ	พูบ pūp ˋ
-อ (ɔ̄)	พอม pɔ̄m	พอย pɔ̄i	พอก pɔ̄k ˋ	พอด pɔ̄t ˋ	พอบ pɔ̄p ˋ
เ-อ (ə̄)	เพิม pə̄m	เพย pə̄i	เพิก pə̄k ˋ	เพิด pə̄t ˋ	เพิบ pə̄p ˋ

ฟ (f)	清尾音		濁尾音		
	ม (m)	ย (i)	ก (k)	ด (t)	บ (p)
-า (ā)	ฟาม	ฟาย	ฟาก	ฟาด	ฟาบ
	fām	fāi	fākˋ	fātˋ	fāpˋ
-ี (ī)	ฟีม	×	ฟีก	ฟีด	ฟีบ
	fīm		fīkˋ	fītˋ	fīpˋ
เ-ีย (īa)	เฟียม	×	เฟียก	เฟียด	เฟียบ
	fīam		fīakˋ	fīatˋ	fīapˋ
-ื(อ) (œ̄)	ฟืม	×	ฟืก	ฟืด	ฟืบ
	fœ̄m		fœ̄kˋ	fœ̄tˋ	fœ̄pˋ
เ-ือ (œ̄a)	เฟือม	เฟือย	เฟือก	เฟือด	เฟือบ
	fœ̄am	fœ̄ai	fœ̄akˋ	fœ̄atˋ	fœ̄apˋ
เ- (ē)	เฟม	×	เฟก	เฟด	เฟบ
	fēm		fēkˋ	fētˋ	fēpˋ
แ- (ɛ̄)	แฟม	×	แฟก	แฟด	แฟบ
	fɛ̄m		fɛ̄kˋ	fɛ̄tˋ	fɛ̄pˋ
-อ (ɔ̄)	ฟอม	ฟอย	ฟอก	ฟอด	ฟอบ
	fɔ̄m	fɔ̄i	fɔ̄kˋ	fɔ̄tˋ	fɔ̄pˋ
เ-อ (ə̄)	เฟิม	เฟย	เฟิก	เฟิด	เฟิบ
	fə̄m	fə̄i	fə̄kˋ	fə̄tˋ	fə̄pˋ

例 字 ◀093

泰文	拼音	中文
พาน	pān	高腳盤 名
เพื่อ	pœ̄a ˋ	為了 介
➡ ฉันใส่เสื้อผ้าสีแดงเพื่อจะเอาใจเขา	chan ˊ sai ˇ sœ̄a ˋ pā ˋ sī ˊ dhɛ̄ng pœ̄a ˋ ja ˇ ao jai kao ˊ	我為了討好他而穿了紅色的衣服。（女）
เพื่อน	pœ̄an ˋ	朋友 名
➡ เขาเป็นเพื่อนของผม	kao ˊ ben pœ̄an ˋ kɔ̄ng ˊ pom ˊ	他是我的朋友（男）
พัด	pat~	1.（風）吹 動 2. 扇子 名
➡ ลมพัด	lom pat~	風吹
➡ พัดลม	pat~ lom	電風扇
พูด	pūt ˋ	說 動
➡ พูดจีนเก่ง	pūt ˋ jīn gēng ˇ	很會講中文
พี่	pī ˋ	兄長 名
➡ พี่ชาย	pī ˋ chāi	哥哥
พอ	pɔ̄	足夠的 形
➡ เงินเดือนไม่พอใช้	ngə̄n dhœ̄an mai ˋ pɔ̄ chai~	月薪不夠用

泰文	拼音	中文
➥ พอดี	pɔ̄ dhī	剛好
พ่อ	pɔ̄ ˋ	爸爸 名
➥ แม่	mɛ̄ ˋ	媽媽
แพง	pɛ̄ng	昂貴的 形
➥ ของแพง	kɔ̄ng ˊ pɛ̄ng	昂貴的東西
แผล	plɛ̄ ˊ	傷口 名
พัน	pan	1. 千（數字單位） 數 2. 纏繞 動
➥ สองพันสามสิบห้า	sɔ̄ng ˊ pan sām ˊ sip ˇ hā ˋ	2035
➥ ผ้าพันแผล	pā ˋ pan plɛ̄ ˊ	繃帶、紗布
พักผ่อน	pak~ pɔ̄n ˇ	休息 動
➥ ถ้าไม่สบายก็ต้องพักผ่อนเยอะๆ	tā ˋ mai ˋ sa ˇ bhāi gɔ ˋ dɔ̄ng ˋ pak~ pɔ̄n ˇ yə~ yə~	若不舒服就要多休息。
พิเศษ	pi~ sēt ˇ	特別的 形
➥ แขกพิเศษ	kɛ̄k ˇ pi~ sēt ˇ	貴賓
ชมพู	chom pū	粉紅的 形
➥ สีชมพู	sī ˊ chom pū	粉紅色

泰文	拼音	中文
ชมพู่	chom pū ˋ	蓮霧 名
➥ ชมพู่สีชมพู	chom pū ˋ sī ˊ chom pū	粉紅色的蓮霧
ฟัน	fan	牙齒 名
➥ ยาสีฟัน	yā sī ˊ fan	牙膏
ฟ้า	fā~	天空 名
➥ สีฟ้า	sī ˊ fā~	天空色
ไฟ	fai	火，電燈 名
➥ เปิด / ปิดไฟ	bət ˇ / bit ˇ fai	開 / 關燈
➥ ไฟดับ	fai dhap ˇ	停電
ไฟฟ้า	fai fā~	電 名
➥ เสาไฟฟ้า	sao ˊ fai fā~	電線桿
กาแฟ	gā fɛ̄	咖啡 名
➥ ชงกาแฟ	chong gā fɛ̄	泡咖啡
เพลง	plēng	歌曲 名
➥ เพลงอีสาน	plēng ī sān ˊ	東北傳統歌謠
ฟัง	fang	聽 動
➥ ฟังเพลง	fang plēng	聽歌
ลิฟต์	lip~	電梯(lift) 名

低子音 9/24（上）

094

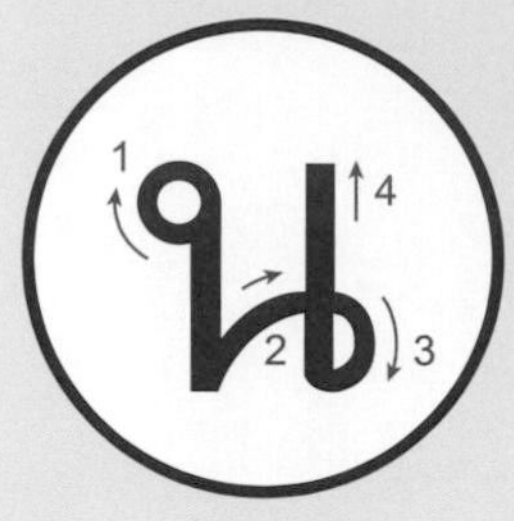

發音 nɔ̄　羅馬拼音／尾音 n/n

例字

หนู 老鼠

nū ˊ

น

น

น 是泰語字母中，屬於低音組的字母，發音為 n，若為字尾則為清尾音的 n 音。หนู (nū ˊ) 是它的例字，為「老鼠」的意思。

注意寫法 ม / น

請仔細區分 ม (m)、น (n) 兩個字母的寫法。

ม（低音 m）				
น（低音 n）				

前引字 ❶ ห

在第 19 課曾經提到過，高音字母跟低音字母的聲調，可互補足成為 5 個完整聲調。

但有 8 個低音字母無法用此方式補足 5 個聲調，因為這些字母在高音組並沒有相同的發音，目前學過的有其中 5 個：ม / น / ย / ล / ง。若想要將這些字母變成高音的聲調唸法，必須在字母前加上前引字 ห，如此這些低音就可當成高音。

前引字 ห 不發音，有前引字的低音字母因已視同高音，故須按高音的規則變化聲調，包含帶清尾音或濁尾音的情況，也都要照高音的聲調變化方式。

泰文聲調	平　聲	一　聲	二　聲	三　聲	四　聲
中文聲調	一　聲	三聲【ˇ】	四聲【ˋ】	輕聲【～】	二聲【ˊ】
高音字母	✕	่	้	✕	不標示
低音字母	不標示	✕	่	้	✕

無高音字母可互補 ม / น / ย / ล / ง

❶ 沒有尾音的情況：

子音	高、低音		平　聲	一　聲	二　聲	三　聲	四　聲
น (n)	高音	หน	✕	หน่า nā ˇ	หน้า nā ˋ	✕	หนา nā ˊ
	低音	น	นา nā	✕	น่า nā ˋ	น้า nā~	✕
ม (m)	高音	หม	✕	หม่า mā ˇ	หม้า mā ˋ	✕	หมา mā ˊ
	低音	ม	มา mā	✕	ม่า mā ˋ	ม้า mā~	✕

<table>
<tr><th>子音</th><th colspan="2">高、低音</th><th>平 聲</th><th>一 聲</th><th>二 聲</th><th>三 聲</th><th>四 聲</th></tr>
<tr><td rowspan="2">ย
(y)</td><td>高音</td><td>หย</td><td>×</td><td>หย่า
yā ˇ</td><td>หย้า
yā ˋ</td><td>×</td><td>หยา
yā ˊ</td></tr>
<tr><td>低音</td><td>ย</td><td>ยา
yā</td><td>×</td><td>ย่า
yā ˋ</td><td>ย้า
yā~</td><td>×</td></tr>
<tr><td rowspan="2">ล
(l)</td><td>高音</td><td>หล</td><td>×</td><td>หล่า
lā ˇ</td><td>หล้า
lā ˋ</td><td>×</td><td>หลา
lā ˊ</td></tr>
<tr><td>低音</td><td>ล</td><td>ลา
lā</td><td>×</td><td>ล่า
lā ˋ</td><td>ล้า
lā~</td><td>×</td></tr>
<tr><td rowspan="2">ง
(ng)</td><td>高音</td><td>หง</td><td>×</td><td>หง่า
ngā ˇ</td><td>หง้า
ngā ˋ</td><td>×</td><td>หงา
ngā ˊ</td></tr>
<tr><td>低音</td><td>ง</td><td>งา
ngā</td><td>×</td><td>ง่า
ngā ˋ</td><td>ง้า
ngā~</td><td>×</td></tr>
</table>

❷ 加上清尾音的情況：

<table>
<tr><th colspan="2">高、低音</th><th>清尾音</th><th>平 聲</th><th>一 聲</th><th>二 聲</th><th>三 聲</th><th>四 聲</th></tr>
<tr><td>高音</td><td>หน
(n)</td><td rowspan="2">-าง
(āng)</td><td>×</td><td>หน่าง
nāng ˇ</td><td>หน้าง
nāng ˋ</td><td>×</td><td>หนาง
nāng ˊ</td></tr>
<tr><td>低音</td><td>น
(n)</td><td>นาง
nāng</td><td>×</td><td>น่าง
nāng ˋ</td><td>น้าง
nāng~</td><td>×</td></tr>
</table>

說明：“หน”視同高音，故為高音組字母的一聲、二聲、四聲的三種聲調。
“น”為原本的低音，故為低音組字母的平聲、二聲、三聲的三種聲調。

前面各課所學到，清尾音的字，一律照該組的聲調符號唸。

③ 加上濁尾音的情況：

高、低音		濁尾音	一 聲	二 聲	三 聲	說明
高音	หน (n)	-ัด (at)	หนัด nat ˇ	×	×	高音＋濁尾音 一律第一聲
		-าด (āt)	หนาด nāt ˇ	×	×	
低音	น (n)	-ัด (at)	×	×	นัด nat~	低音＋濁尾音 為短母音發三聲
		-าด (āt)	×	นาด nāt ˋ	×	低音＋濁尾音 為長母音發二聲

請參考第 9 課與第 17 課。

拼音練習 095

① 基本拼音：子音＋母音

子音＋母音		短音三聲	長音平聲	長音二聲	長音三聲
น (n)	-ึ / -ื (อ) (œ / œ̄)	นึ nœ~	นือ nœ̄	นื่อ nœ̄ ˋ	นื้อ nœ̄~
	เ-อะ / เ-อ (ə / ə̄)	เนอะ nə~	เนอ nə̄	เน่อ nə̄ ˋ	เน้อ nə̄~
	เ-ือะ / เ-ือ (œa / œ̄a)	เนือะ nœa~	เนือ nœ̄a	เนื่อ nœ̄a ˋ	เนื้อ nœ̄a~
	เ-ียะ / เ-ีย (ia / īa)	เนียะ nia~	เนีย nīa	เนี่ย nīa ˋ	เนี้ย nīa~

❷ 基本拼音＋清尾音

子音＋母音	น/ล (n)	ง (ng)	ม (m)	ย (i)
เนีย (nīa)	เนียน nīan	เนียง nīang	เนียม nīam	×
เนือ (nœ̄a)	เนือน nœ̄an	เนือง nœ̄ang	เนือม nœ̄am	เนือย nœ̄ai
เนอ (nə̄)	เนิน nə̄n	เนิง nə̄ng	เนิม nə̄m	เนย nə̄i

❸ 基本拼音＋濁尾音

子音＋母音	ก (k) ก/ข		ด (t) จ/ด/ต/ฎ/ฏ/ถ ฐ/ศ/ษ/ส/ช		บ (p) บ/ป/พ/ฟ	
	二 聲	三 聲	二 聲	三 聲	二 聲	三 聲
นึ (nœ~)	×	นึก nœk~	×	นึด nœt~	×	นึบ nœp~
โนะ (no~)	×	นก nok~	×	นด not~	×	นบ nop~
เนีย (nīa)	เนียก nīak ˋ	×	เนียด nīat ˋ	×	เนียบ nīap ˋ	×
เนือ (nœ̄a)	เนือก nœ̄ak ˋ	×	เนือด nœ̄at ˋ	×	เนือบ nœ̄ap ˋ	×
เนอ (nə̄)	เนิก nə̄k ˋ	×	เนิด nə̄t ˋ	×	เนิบ nə̄p ˋ	×

例字 ◀︎ 096

泰文	拼音	中文
นี่ / นี้	nī丶/ nī~	這 代 形
➡ อันนี้	an nī~	這個
➡ ปีนี้	bī nī~	今年
นั่น / นั้น	nan丶/ nan~	那 代 形
➡ อันนั้น	an nan~	那個
➡ ปีนั้น	bī nan~	那年
นก	nok~	鳥 名
น้อง	nɔ̄ng~	弟弟、妹妹 名
น้อย	nɔ̄i~	少的 形
เนื้อ	nœ̄a~	肉 名
➡ เนื้อไก่ / เป็ด	nœ̄a~ gai ˇ / bet ˇ	雞 / 鴨肉
นอน	nɔ̄n	睡覺 動
➡ เข้านอน	kao丶nɔ̄n	就寢
➡ ตื่นนอน	dœ̄n ˇ nɔ̄n	睡醒
สถานี	sa ˇ tā ˊ nī	車站 名
ใน / นอก	nai / nɔ̄k丶	在…之內／在…之外 介
➡ ข้างใน	kāng丶nai	裡面

泰文	拼音	中文
➡ ข้างนอก	kāng丶nɔ̄k丶	外面
น้ำ	nām~	水 名 ※特殊發音：น้ำ習慣發長音。
➡ อาบน้ำ	āp ˇ nām~	洗澡
➡ น้ำตา	nām~ dā	眼淚
➡ น้ำแข็ง	nām~ kɛng ˊ	冰塊
น้ำมัน	nām~ man	汽油 名
➡ เติมน้ำมัน	dəm nām~ man	加油
➡ ปั๊มน้ำมัน	bam~ nām~ man	加油站
น้า	nā~	舅舅、阿姨（母親的弟弟或妹妹） 名
นะ	na~	～啦；～吧（表示勸誘） 嘆
นา	nā	田 名
➡ ไถนา	tai ˊ nā	犁田
➡ ในนา	nai nā	在田裡
น่า	nā丶	值得… 動
➡ น่ากิน	nā丶gin	好吃、值得吃
➡ น่าสนใจ	nā丶son ˊ jai	有趣、值得去注意

泰文	拼音	中文
หนี	nī ˊ	逃 動
หน้า	nā ˋ	1. 臉 名 2. 前面 名 3. 下個（時間） 形 4. 季節 名
➡ เสียหน้า	sīa ˊ nā ˋ	丟臉
➡ หน้าตา	nā ˋ dā	長相
➡ ข้างหน้า	kāng ˋ nā ˋ	前面
➡ ปีหน้า	bī nā ˋ	明年
➡ เดือนหน้า	dhœ̄an nā ˋ	下個月
➡ หน้าฝน	nā ˋ fon ˊ	雨季
หน้าต่าง	nā ˋ dāng ˇ	窗戶 名
หยุด	yut ˇ	停止 動
➡ ฝนหยุดตก	fon ˊ yut ˇ dok ˇ	雨停
หน่อย	nɔ̄i ˇ	一點點，稍微 形
➡ เผ็ดนิดหน่อย	pet ˇ nit~ nɔ̄i ˇ	一點辣
➡ ขอถามหน่อย	kɔ̄ ˊ tām ˊ nɔ̄i ˇ	請問一下
หนึ่ง	nœng ˇ	一（๑） 數
หมื่น	mœ̄n ˇ	萬（數字單位） 數

泰文	拼音	中文
หนังสือ	nang ˊ sœ̄ ˊ	1. 書本 名 2. 文字 名
➡ อ่านหนังสือ	ān ˇ nang ˊ sœ̄ ˊ	唸書
➡ เขียนหนังสือ	kīan ˊ nang ˊ sœ̄ ˊ	寫字
หมอ	mɔ̄ ˊ	醫生 名
➡ ไปหาหมอ	bai hā ˊ mɔ̄ ˊ	去看醫生
➡ หมอจีน	mɔ̄ ˊ jīn	中醫
หมา	mā ˊ	狗 名
➡ หมาป่า	mā ˊ bā ˇ	狼
หมด	mot ˇ	完，盡 副
➡ ขายหมด	kāi ˊ mot ˇ	賣光
หลัง	lang ˊ	背部、後 名
➡ ข้างหลัง	kāng ˋ lang ˊ	後方
หนู	nū ˊ	1. 老鼠 名 2. 我（晚輩對長輩的自稱） 代
หมี	mī ˊ	熊 名
หมี่	mī ˇ	麵 名
➡ เส้นหมี่	sēn ˋ mī ˇ	米粉

泰文	拼音	中文
➡ เส้นหมี่น้ำ	sēn ˋ mī ˇ nām~	米粉湯
➡ หมี่น้ำ	mī ˇ nām~	湯麵
หนัง	nang ˊ	1. 皮 名 2. 電影 名
➡ เข็มขัดหนัง	kem ˊ kat ˇ nang ˊ	皮帶
➡ ดูหนัง	dhū nang ˊ	看電影
หนังผี	nang ˊ pī ˊ	鬼片 名
หมู	mū ˊ	豬 名
➡ หมูหย็อง	mū ˊ yɔng ˊ	豬肉鬆
➡ เนื้อหมู	nœ̄a~ mū ˊ	豬肉
หลาน	lān ˊ	孫、姪 名

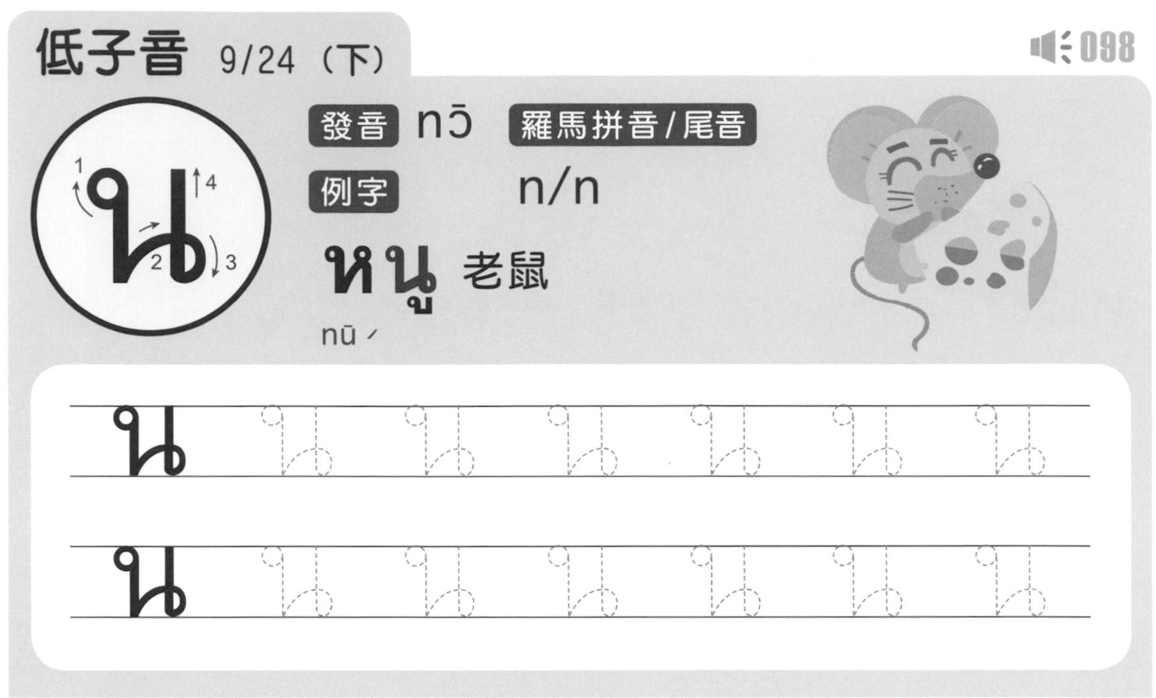

除了上一課所介紹的，低音字母以 ห 帶成高音以外，還有其它的兩種形式：

前引字 ❷ อ

อ 不發音，把後面的低音字母帶成中音（因為 อ 是中音字母）。此類泰語中只有 4 個字：

อยาก	(yāk ˇ)	想要	อย่าง	(yāng ˇ)	種類、樣子
อย่า	(yā ˇ)	勿	อยู่	(yū ˇ)	在、住、正在

前引字 ❸ 其它幾種形式

前面是 ส/ถ/ข/ผ/ฉ/จ/ต 的話，要先分別發音成 สะ/ถะ/ขะ/ผะ/ฉะ/จะ/ตะ，再把後面的低音帶成高音（前引字母為高音 ส/ถ/ข/ผ/ฉ）或中音（前引字母為中音 จ/ต）。也可把這些前引字，當成是「落單」字母（請參考第 8 課），起了前引字的作用。

◎ 範例：

泰文	中文	泰文發音（音標）
สยาม	暹羅	สะ-หยาม (sa ˇ yām ˊ)
ถนน	道路	ถะ-หนน (ta ˇ non ˊ)
ขยะ	垃圾	ขะ-หยะ (ka ˇ ya ˇ)
จมูก	鼻子	จะ-หมูก (ja ˇ mūk ˇ)
ผลิต	生產	ผะ-หลิด (pa ˇ lit ˇ)
ฉลอง	慶祝	ฉะ-หลอง (cha ˇ lɔ̄ng ˊ)
ตลาด	市場	ตะ-หลาด (da ˇ lāt ˇ)

前引字的注意事項

❶ 不要把前引字母與低音字母拆開。

❷ 若遇到需寫在子音左邊的母音（ไ- / ใ- / เ- / เ-ะ / แ-ะ / แ-）的話，要寫在前引字母的左邊，而非子音字母的左邊。

◎ 範例：

泰文	中文	泰文發音（音標）
เหมือน	像	หม(m)+เ-ือ(œ̄a)+น(n)= เหมือน (mœ̄an ˊ)
เสมอ	總是	ส(s) + ม(m) + เ-อ(ə)= สะ-เหมอ(sa ˇ mə̄ ˊ)
ไหม	嗎？	หม (m) + ไ (ai) = ไหม (mai ˊ)
ไหน	哪？	หน (n) + ไ (ai) = ไหน (nai ˊ)

例字

099

泰文	拼音	中文
ไหน	nai ˊ	哪？ 疑
➡ ไปไหน	bai nai ˊ	去哪裡？

泰文	拼音	中文
อย่า	yā ˇ	勿、別 助
➥ อย่าไป	yā ˇ bai	別去
หลาย	lāi ˊ	好幾 副
➥ ชอบเขามาหลายปี	chɔ̄p ˋ kao ˊ mā lāi ˊ bī	喜歡他好幾年了
อย่าง	yāng ˇ	1. 種類 名 2. 樣子 名
➥ มีของกินหลายอย่าง	mī kɔ̄ng ˊ gin lāi ˊ yāng ˇ	有好幾種食物
➥ อย่างนี้	yāng ˇ nī~	這樣
➥ อย่างนั้น	yāng ˇ nan~	那樣
อยู่	yū ˇ	1. 正在… 助 2. 在、居住 動
➥ อาบน้ำอยู่	āp ˇ nām~ yū ˇ	正在洗澡
➥ นอนอยู่	nɔ̄n yū ˇ	正在睡覺
➥ เขาอยู่ไหน	kao ˊ yū ˇ nai ˊ	他在哪裡
สนุก	sa ˇ nuk ˇ	盡興、愉快 動
เหนือ	nœ̄a ˊ	北方 名
ขนม	ka ˇ nom ˊ	點心 名
➥ มีขนมหลายอย่าง	mī ka ˇ nom ˊ lāi ˊ yāng ˇ	有好幾種點心

泰文	拼音	中文
อยาก	yāk ˇ	想要 動
➥ อยากกินขนม ไม่อยากกินหมี่น้ำ	yāk ˇ gin ka ˇ nom ˊ mai ˋ yāk ˇ gin mī ˇ nām~	想吃點心，不想吃湯麵。
ขนุน	ka ˇ nun ˊ	波羅蜜 名
ถนน	ta ˇ non ˊ	馬路 名
➥ ถนนสายนี้	ta ˇ non ˊ sāi ˊ nī~	這條馬路
ขยะ	ka ˇ ya ˇ	垃圾 名
➥ ถังขยะ	tang ˊ ka ˇ ya ˇ	垃圾桶
➥ ขยะเยอะแยะ	ka ˇ ya ˇ yə~ yɛ~	很多垃圾
ไหม	mai ˊ	嗎？ 疑
➥ ชอบไหม	chɔ̄p ˋ mai ˊ	喜歡嗎？
➥ เอาไหม	ao mai ˊ	要嗎？
➥ ลดหน่อยได้ไหม	lot~ nɔ̄i ˇ dhai ˋ mai ˊ	可以便宜一點嗎？
ใหม่	mai ˇ	新的 形
ไหล	lai ˊ	流動 動
➥ น้ำไหล	nām~ lai ˊ	水流

泰文	拼音	中文
➡ น้ำไม่ไหล	nām~ mai ˋ lai ˊ	停水
สยาม	sa ˇ yām ˊ	暹羅 名 ※泰國舊名稱
➡ สยามเมืองยิ้ม	sa ˇ yām ˊ mœ̄ang yim~	微笑之國、暹羅
จมูก	ja ˇ mūk ˇ	鼻子 名
น้ำมูก	nām~ mūk ˋ	鼻水 名
➡ น้ำมูกไหล	nām~ mūk ˋ lai ˊ	流鼻水
เหนื่อย	nœ̄ai ˇ	累 動
➡ เหนื่อยไหม	nœ̄ai ˇ mai ˊ	累嗎？
➡ ไม่เหนื่อย	mai ˋ nœ̄ai ˇ	不累
เหลือง	lœ̄ang ˊ	黃 形
➡ สีเหลือง	sī ˊ lœ̄ang ˊ	黃色
เหม็น	men ˊ	臭的 形
➡ เต้าหู้เหม็น	dao ˋ hū ˋ men ˊ	臭豆腐
เหล้า	lao ˋ	酒 名
➡ ไปกินเหล้ากับเพื่อน	bai gin lao ˋ gap ˇ pœ̄an ˋ	去跟朋友喝酒

低子音 10/24

100

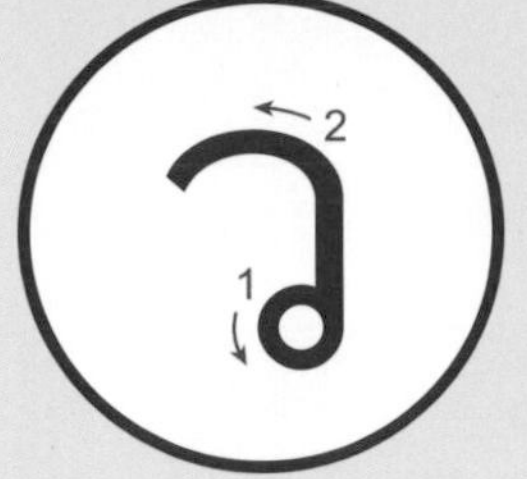

發音 wɔ̄ **羅馬拼音/尾音** w/u

例字

แหวน 戒指

wɛ̄n ˊ

ว 是泰語字母中，屬於低音組的字母，發音為 w，若為字尾則為清尾音的 u 音。แหวน (wɛ̄n ˊ) 是它的例字，為「戒指」的意思。另外，-าว 的拼寫方式可當成是 เ-า 的長音。

母音

羅馬拼音 短音母音 ua

母音 31/32

位置 子音的上方及右方 → ัวะ

例 บ + -ัวะ = บัวะ

bh ua bhua ˇ

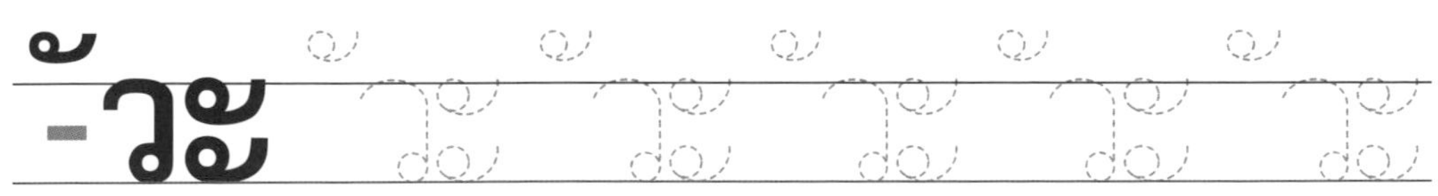

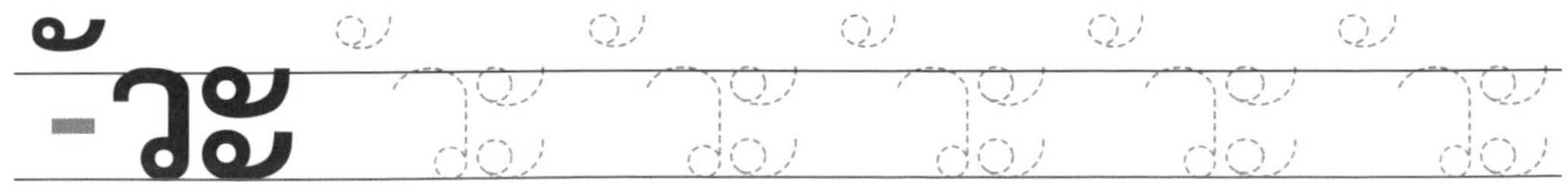

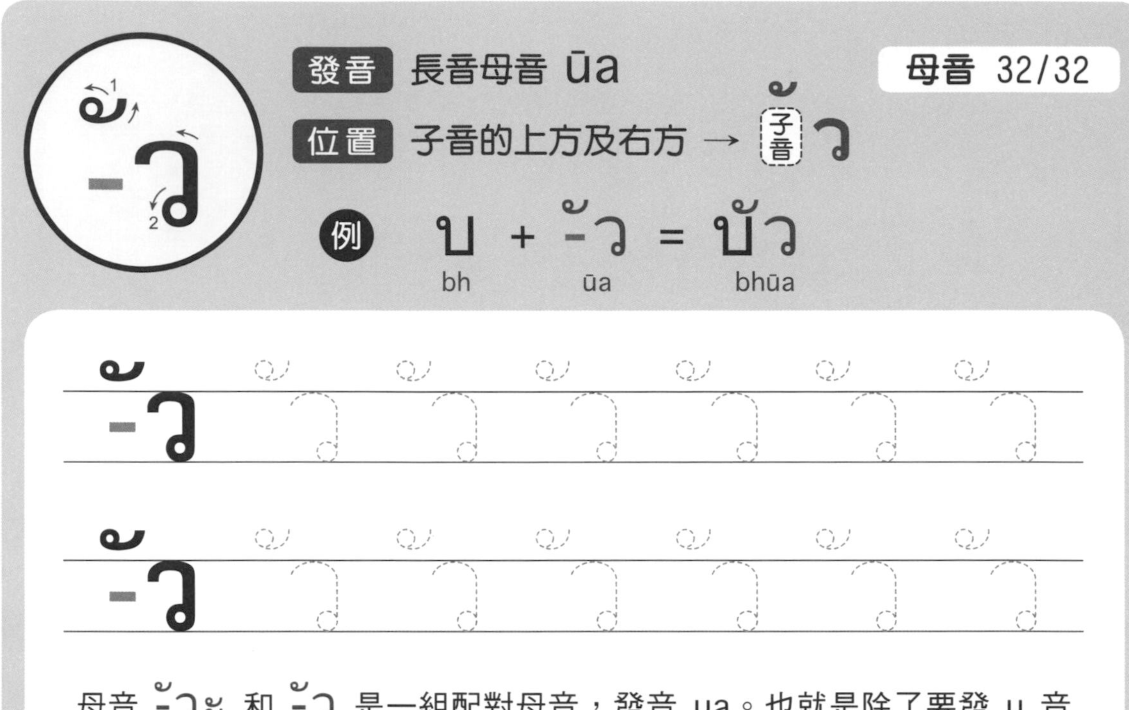

母音 ัวะ 和 ัว 是一組配對母音，發音 ua。也就是除了要發 u 音之外，還要再帶一個 a 的音，但發音時 a 的音不必太明顯。ัวะ 發短音 ua；ัว 發長音 ūa。發長音時，是先把 u 部份的音拉長，然後才輕短地發出 a 的音。

變形母音 ❽ ัว → ว 101

長音母音 ัว 若後接尾音，寫法改為 -ว-。 如果尾音是 ย，則寫為 -วย ，且變音為 ūei 的發音。

◎ 範例：

ป	(b)	+	ัว	(ūa)	+	ด	(t)			=	ปวด	(būat ˇ)
อ	(--)	+	ัว	(ūa)	+	น	(n)	+	้	=	อ้วน	(ūan ˋ)
ข	(k)	+	ัว	(ūa)	+	ด	(t)			=	ขวด	(kūat ˇ)
น	(n)	+	ัว	(ūa)	+	ด	(t)			=	นวด	(nūat ˋ)
ส	(s)	+	ัว	(ūa)	+	ย	(i)			=	สวย	(sūei ˊ)
ช	(ch)	+	ัว	(ūa)	+	ย	(i)	+	่	=	ช่วย	(chūei ˋ)

 注意: -ัว (ūa) 的長音唸法，是把 ū 音拉長，而不是 a。

連音 กว/ขว

本課介紹連音 กว- (gw)、ขว- (kw)。

◎ 範例：以字首中音 ก 發音，遇清尾音故照聲調符號唸，若無聲符則為平聲。

กว (gw) + า (ā) + ง (ng) = กวาง (gwāng)

◎ 範例：以字首中音 ก 發音，故照中音的聲調符號唸。

กว (gw) + า (ā) + ่ = กว่า (gwā ˇ)

◎ 範例：以字首高音 ข 發音，遇長母音故照聲調符號唸，若無聲符則為第四聲。

ขว (kw) + า (ā) = ขวา (kwā ˊ)

◎ 範例：以字首高音 ข 發音，遇清尾音故照聲調符號唸，而無聲符表示第四聲。

ขว (kw) + แ (ɛ) + ง (ng) = แขวง (kwɛ̄ng ˊ)

無高音字母可互補 ว

可在 ว 前面加前引字母 ห，使其變成高音 หว，以此方式 ว 可以當成高音使用。

❶ 沒有尾音的清況：

子音	高、低音		平 聲	一 聲	二 聲	三 聲	四 聲
ว (w)	高音	หว (w)	×	หวี่ wī ˇ	หวี้ wī ˋ	×	หวี wī ˊ
	低音	ว (w)	วี wī	×	วี่ wī ˋ	วี้ wī~	×

❷ 加上清尾音的情況：

高、低音		清尾音	平 聲	一 聲	二 聲	三 聲	四 聲
高音	หว (w)	-าน (ān)	×	หว่าน wān ˇ	หว้าน wān ˋ	×	หวาน wān ˊ
低音	ว (w)		วาน wān	×	ว่าน wān ˋ	ว้าน wān~	×

說明：“หว”視同變成了高音，故為一聲、二聲、四聲的 3 種聲調。
“ว”為原本的低音，故為平聲、二聲、三聲的 3 種聲調。

如同前面各課所學到的，清尾音的字，一律照該組的聲調符號唸。

❸ 加上濁尾音的情況：

高、低音		濁尾音	一 聲	二 聲	三 聲	說明
高音	หว (w)	ัด (at)	หวัด wat ˇ	×	×	高音的濁尾音 一律第一聲
		-าด (āt)	หวาด wāt ˇ	×	×	
低音	ว (w)	ัด (at)	×	×	วัด wat~	低音＋濁尾音 為短母音發三聲
		-าด (āt)	×	วาด wāt ˋ	×	低音＋濁尾音 為長母音發二聲

拼音練習

102

❶ 基本拼音＋聲調

ว (w)	短音平聲	短音二聲	短音三聲		長音平聲	長音二聲	長音三聲
ไ- (ai)	ไว	ไว่	ไว้	-าย (āi)	วาย	ว่าย	ว้าย
	wai	wai ˋ	wai~		wāi	wāi ˋ	wāi~
เ-า (ao)	เวา	เว่า	เว้า	-าว (āu)	วาว	ว่าว	ว้าว
	wao	wao ˋ	wao~		wāu	wāu ˋ	wāu~
-ำ (am)	วำ	ว่ำ	ว้ำ	-าม (ām)	วาม	ว่าม	ว้าม
	wam	wam ˋ	wam~		wām	wām ˋ	wām~

子音＋母音		短音三聲	長音平聲	長音二聲	長音三聲
ว (w)	-ิ / -ี (i / ī)	วิ	วี	วี่	วี้
		wi~	wī	wī ˋ	wī~
	เ-ียะ / เ-ีย (ia / īa)	เวียะ	เวีย	เวี่ย	เวี้ย
		wia~	wīa	wīa ˋ	wīa~

子音＋母音		短音三聲	長音平聲	長音二聲	長音三聲
ว (w)	เ-ะ / เ- (e / ē)	เวะ	เว	เว่	เว้
		we~	wē	wē ˋ	wē~
	แ-ะ / แ- (ɛ / ɛ̄)	แวะ	แว	แว่	แว้
		wɛ~	wɛ̄	wɛ̄ ˋ	wɛ̄~
	-ุ / -ู (u / ū)	วุ	วู	วู่	วู้
		wu~	wū	wū ˋ	wū~
	เ-าะ / -อ (ɔ / ɔ̄)	เวาะ	วอ	ว่อ	ว้อ
		wɔ~	wɔ̄	wɔ̄ ˋ	wɔ̄~
	โ-ะ / โ- (o / ō)	โวะ	โว	โว่	โว้
		wo~	wō	wō ˋ	wō~

❷ 基本拼音＋清尾音

●依聲調符號發音。 103

子音＋母音	น (n) น / ล	ง (ng)	ม (m)	ย (i)	ว (u)
วะ (wa~)	วัน	วัง	วัม	วัย	×
	wan	wang	wam	wai	
วา (wā)	วาน	วาง	วาม	วาย	วาว
	wān	wāng	wām	wāi	wāu
วิ (wi~)	วิน	วิง	วิม	×	วิว
	win	wing	wim		wiu
แว (wɛ̄)	แวน	แวง	แวม	×	แวว
	wɛ̄n	wɛ̄ng	wɛ̄m		wɛ̄u

子音＋母音	น (n) น / ล	ง (ng)	ม (m)	ย (i)	ว (u)
โวะ (wo~)	วน won	วง wong	วม wom	×	×
วอ (wɔ̄)	วอน wɔ̄n	วอง wɔ̄ng	วอม wɔ̄m	วอย wɔ̄i	×
เวีย (wīa)	เวียน wīan	เวียง wīang	เวียม wīam	×	เวียว wīau
เวอ (wə̄)	เวิน wə̄n	เวิง wə̄ng	เวิม wə̄m	เวย wə̄i	×

③ 基本拼音＋濁尾音

●配短母音發第三聲，配長母音發第二聲。

子音＋母音	ก (k) ก / ข		ด (t) จ/ด/ต/ฎ/ฏ/ถ ฐ/ศ/ษ/ส/ช		บ (p) บ / ป / พ / ฟ	
	二聲	三聲	二聲	三聲	二聲	三聲
วะ (wa~)	×	วัก wak~	×	วัด wat~	×	วับ wap~
วา (wā)	วาก wāk ˋ	×	วาด wāt ˋ	×	วาบ wāp ˋ	×
วิ (wi~)	×	วิก wik~	×	วิด wit~	×	วิบ wip~
วี (wī)	วีก wīk ˋ	×	วีด wīt ˋ	×	วีบ wīp ˋ	×

子音 + 母音	ก (k) ก / ข		ด (t) จ/ด/ต/ฎ/ฏ/ถ ฐ/ศ/ษ/ส/ช		บ (p) บ / ป / พ / ฟ	
	二 聲	三 聲	二 聲	三 聲	二 聲	三 聲
เวีย (wīa)	เวียก wīak ˋ	×	เวียด wīat ˋ	×	เวียบ wīap ˋ	×
วุ (wu~)	×	วุก wuk~	×	วุด wut~	×	วุบ wup~
วู (wū)	วูก wūk ˋ	×	วูด wūt ˋ	×	วูบ wūp ˋ	×
เวะ (we~)	×	เว็ก wek~	×	เว็ด wet~	×	เว็บ wep~
เว (wē)	เวก wēk ˋ	×	เวด wēt ˋ	×	เวบ wēp ˋ	×
แว (wɛ̄)	แวก wɛ̄k ˋ	×	แวด wɛ̄t ˋ	×	แวบ wɛ̄p ˋ	×
วอ (wɔ̄)	วอก wɔ̄k ˋ	×	วอด wɔ̄t ˋ	×	วอบ wɔ̄p ˋ	×
โวะ (wo~)	×	วก wok~	×	วด wot~	×	วบ wop~
โว (wō)	โวก wōk ˋ	×	โวด wōt ˋ	×	โวบ wōp ˋ	×
เวอ (wə̄)	เวิก wə̄k ˋ	×	เวิด wə̄t ˋ	×	เวิบ wə̄p ˋ	×

④ 母音 ◌ัว 的基本拼音及變形

● ว 出現在字中時，是 ◌ัว 的變形。 104

子音		母音	無尾音	尾音（◌ัว 變形成 -ว-）				
中音	ก (g)	◌ัว (ūa)	กัว	กวน	กวง	กวก	กวด	กวบ
			gūa	gūan	gūang	gūak ˇ	gūat ˇ	gūap ˇ
	ต (d)		ตัว	ตวน	ตวง	ตวก	ตวด	ตวบ
			dūa	dūan	dūang	dūak ˇ	dūat ˇ	dūap ˇ
	ป (b)		ปัว	ปวน	ปวง	ปวก	ปวด	ปวบ
			būa	būan	būang	būak ˇ	būat ˇ	būap ˇ
高音	ส (s)		สัว	สวน	สวง	สวก	สวด	สวบ
			sūa ˊ	sūan ˊ	sūang ˊ	sūak ˇ	sūat ˇ	sūap ˇ
	ผ (p)		ผัว	ผวน	ผวง	ผวก	ผวด	ผวบ
			pūa ˊ	pūan ˊ	pūang ˊ	pūak ˇ	pūat ˇ	pūap ˇ
	ข (k)		ขัว	ขวน	ขวง	ขวก	ขวด	ขวบ
			kūa ˊ	kūan ˊ	kūang ˊ	kūak ˇ	kūat ˇ	kūap ˇ
低音	ช (ch)		ชัว	ชวน	ชวง	ชวก	ชวด	ชวบ
			chūa	chūan	chūang	chūak ˋ	chūat ˋ	chūap ˋ
	ม (m)		มัว	มวน	มวง	มวก	มวด	มวบ
			mūa	mūan	mūang	mūak ˋ	mūat ˋ	mūap ˋ
	พ (p)		พัว	พวน	พวง	พวก	พวด	พวบ
			pūa	pūan	pūang	pūak ˋ	pūat ˋ	pūap ˋ

例字 1　ว 的子音與尾音　105

泰文	拼音	中文
วัน	wan	日子、天 名
➡ วันนี้	wan nī~	今天
แวะ	wɛ~	順便 動
➡ แวะไปหาเพื่อน	wɛ~ bai hā ˊ pōean ˋ	順便去找朋友
ว่า	wā ˋ	說 動
➡ สมศักดิ์บอกว่าวันนี้ไม่สบายจะไปหาหมอ	som ˊ sak ˇ bhɔ̄k ˇ wā ˋ wan nī~ mai ˋ sa ˇ bhāi ja ˇ bai hā ˊ mɔ̄ ˊ	宋薩說今天不舒服，要去看醫生。
ว่าง	wāng ˋ	空閒、有閒 形
➡ ว่างไหม	wāng ˋ mai ˊ	有空嗎?
➡ ไม่ว่าง	mai ˋ wāng ˋ	沒空
วุ้นเส้น	wun~ sēn ˋ	冬粉 名
➡ กินวุ้นเส้นไหม	gin wun~ sēn ˋ mai ˊ	吃冬粉嗎?
ขาว	kāu ˊ	白色的 形
➡ สีขาว	sī ˊ kāu ˊ	白色
ข่าว	kāu ˇ	新聞、消息 名
➡ นักสื่อข่าว	nak~ sœ̄ ˇ kāu ˇ	記者

泰文	拼音	中文
ข้าว	kāu ˋ	飯 名
➡ ข้าวเปล่า	kāu ˋ blao ˇ	白飯
➡ ข้าวผัดกุ้ง	kāu ˋ pat ˇ gung ˋ	蝦仁炒飯
➡ ข้าวมันไก่	kāu ˋ man gai ˇ	海南雞飯
➡ ข้าวเหนียว	kāu ˋ nīau ˊ	糯米飯
เขียว	kīau ˊ	綠的 形
➡ สีเขียว	sī ˊ kīau ˊ	綠色
ยาว	yāu	長的 形
➡ ผมยาว	pom ˊ yāu	長髮
สาว	sāu ˊ	小姐，少女 名
สัตว์	sat ˇ	動物 名
หิว	hiu ˊ	餓 動
➡ หิวน้ำ	hiu ˊ nām~	口渴
➡ หิวข้าว	hiu ˊ kāu ˋ	饑餓
แก้ว	gɛ̄u ˋ	杯 名
➡ แก้วใบนี้	gɛ̄u ˋ bhai nī~	這個杯子
แล้ว	lɛ̄u~	1. 了 感 2. 那麼 連
➡ ไปแล้ว	bai lɛ̄u~	走了

泰文	拼音	中文
➡ แล้วพบกันใหม่	lɛ̄u~ pop~ gan mai ˇ	那麼，再見！
แมว	mɛ̄u	貓 名
➡ แมวดำ	mɛ̄u dham	黑貓

例字 2 母音 ะัว 和其變形 106

泰文	拼音	中文
วัว	wūa	牛 名
➡ เนื้อวัว	nœ̄a~ wūa	牛肉
ชั่วโมง	chūa ˋ mōng	小時 名
➡ ห้าชั่วโมง	hā ˋ chūa ˋ mōng	5 個小時
กลัว	glūa	害怕 動
➡ ไม่ต้องกลัว	mai ˋ dɔ̄ng ˋ glūa	不必害怕
➡ น่ากลัว	nā ˋ glūa	令人害怕的
ตั๋ว	dūa ˊ	票 名
➡ ซื้อตั๋ว	sœ̄~ dūa ˊ	買票
ตัว	dūa	1. 身體 名 2. 隻（大象之外的動物）；張（桌、椅）；件（衣服） 量
➡ ตัว(เตี้ย / สูง)	dūa(dīa ˋ /sūng ˊ)	身材（矮／高）

泰文	拼音	中文
➡ ตัว(อ้วน / ผอม)	dūa(ūan ˋ /pɔ̄m ˊ)	身材（胖／瘦）
➡ วันนี้ผมเห็นหมา 2 ตัวตีกัน ตัวหนึ่งสีดำ อีกตัวหนึ่งสีขาว	wannī~ pom ˊ hen ˊ mā ˊ sɔ̄ng ˊ dūa dī gan dūa nœng ˇ sī ˊ dham īk ˇ dūa nœng ˇ sī ˊ kāu ˊ	今天我看見兩隻狗打架，一隻是黑的，另一隻是白的。
หัว	hūa ˊ	頭 名
➡ หัวหน้า	hūa ˊ nā ˋ	上司
บัว	bhūa	蓮 名
➡ ดอกบัว	dhɔ̄k ˇ bhūa	蓮花
ขวด	kūat ˇ	瓶 名 量
ปวด	būat ˇ	痛 動
➡ ปวดหัว	būat ˇ hūa ˊ	頭痛
สวน	sūan ˊ	園 名
➡ สวนสัตว์	sūan ˊ sat ˇ	動物園
➡ สวนลุมพินี	sūan ˊ lum pi~ nī	倫比尼公園
นวด	nūat ˋ	按摩 動
➡ หมอนวด	mɔ̄ ˊ nūat ˋ	按摩師
มะม่วง	ma~ mūang ˋ	芒果 名

泰文	拼音	中文
➡ ข้าวเหนียวมะม่วง	kāu丶nīau ˊ ma~ mūang丶	芒果糯米飯
สวย	sūei ˊ	漂亮的 形
➡ สาวสวย	sāu ˊ sūei ˊ	漂亮小姐
ป่วย	būei ˇ	生病 動
➡ ลาป่วย	lā būei ˇ	請病假
ช่วย	chūei丶	幫助 動
➡ ช่วยเพื่อน	chūei丶 pœ̄an丶	幫助朋友
ก๋วยเตี๋ยว	gūei ˊ dīau ˊ	粿條 名

例字 3 前引字 หว- 107

泰文	拼音	中文
แหวน	wɛ̄n ˊ	戒指 名
➡ ใส่แหวน	sai ˇ wɛ̄n ˊ	戴戒指
หมวก	mūak ˇ	帽子 名
➡ ถอดหมวก	tɔ̄t ˇ mūak ˇ	脫帽子
หวาน	wān ˊ	甜的 形
➡ ของหวาน	kɔ̄ng ˊ wān ˊ	甜點
ไหว้	wai丶	拜 動
สวัสดี	sa ˇ wat ˇ dhī	你好、再見（招呼語） ※注意：ส 是前引字，ว 被帶成高音。

泰文	拼音	中文
ถวาย	ta ˇ wāi ˊ	呈，獻 動 ※注意：ถ 是前引字，ว 被帶成高音。

例字 4 連音 กว- / ขว-

泰文	拼音	中文
ขวา	kwā ˊ	右 名
➥ ชิดขวา	chit~ kwā ˊ	靠右
➥ มือขวา	mœ̄ kwā ˊ	右手
➥ ข้างขวา	kāng ˋ kwā ˊ	右邊
แขวน	kwɛ̄n ˊ	吊 動
➥ พัดลมแขวน	pat~ lom kwɛ̄n ˊ	吊扇
กว้าง	gwāng ˋ	寬的 形
➥ กว้างขวาง	gwāng ˋ kwāng ˊ	寬闊的
กว่า	gwā ˇ	比較 副
➥ ดีกว่า	dhī gwā ˇ	比較好
แตงกวา	dɛ̄ng gwā	黃瓜 名

108

發音 kɔ̄ 羅馬拼音/尾音 k/k

例字

ควาย 水牛

kwāi

ค 是泰語字母中，屬於低音組的字母，發音為 k；若為字尾則為濁尾音的 k 音。ควาย（kwāi）是它的例字，為「水牛」的意思。請注意區分 ค / ด / ต 三個字母的發音及寫法。

低子音 12/24

發音 yɔ̄ 羅馬拼音/尾音 y/n

例字

หญิง 女性

ying ˊ

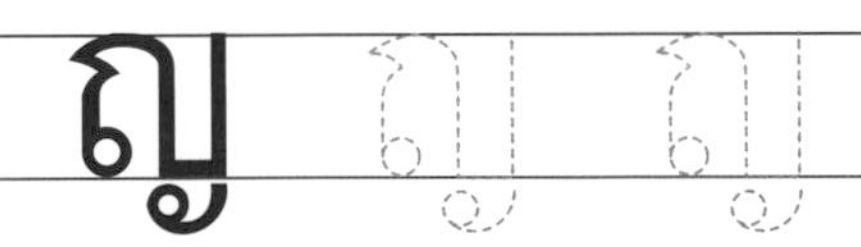

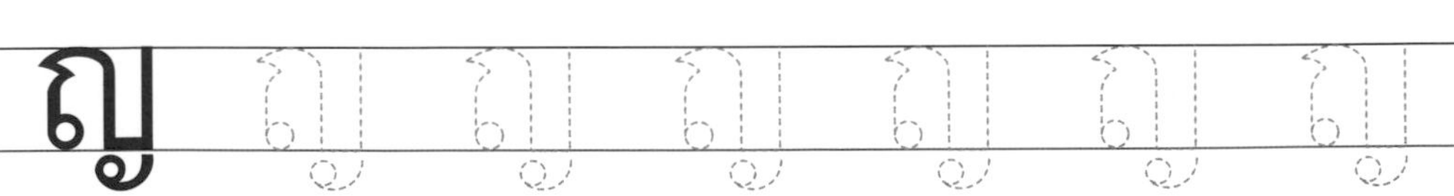

ญ 是泰語字母中，屬於低音組的字母，發音為 y，若為字尾則為清尾音的 n 音。 หญิง（yingˊ）是它的例字，為「女性」的意思。本字母與 ย 同音。

ค / ข 為聲調互補的字母

字母 ค.ควาย 與高音的 ข.ไข่ 同音，但聲調不同，可互補成 5 個聲調。

子音		平　聲	一　聲	二　聲	三　聲	四　聲
高音	ข (k)	×	ข่อ kɔ̄ ˇ	ข้อ kɔ̄ ˋ	×	ขอ kɔ̄ ˊ
低音	ค (k)	คอ kɔ̄	×	ค่อ kɔ̄ ˋ	ค้อ kɔ̄~	×

無高音字母可互補 ญ

可在 ญ 前面加前引字母 ห，使其變成高音 หญ，以此方式 ญ 可以當成高音使用。因為本字母並無相同發音、且屬於高音組的字母可搭配。（無法如同上圖的 ค / ข 互相搭配。）

子音			平　聲	一　聲	二　聲	三　聲	四　聲
ญ (y)	高音	หญ (y)	×	หญ่า yā ˇ	หญ้า yā ˋ	×	หญา yā ˊ
	低音	ญ (y)	ญา yā	×	ญ่า yā ˋ	ญ้า yā~	×

◎ 範例：

หญ- (y) + ิ (i) + ง (ng) = หญิง (ying ˊ)

หญ- (y) + า (ā) + ้ = หญ้า (yā ˋ)

連音 คว/คล

本課介紹連音 คว- (kw)、คล- (kl)。

◎ 範例：以第一個字母低音 ค 發音，遇清尾音照聲符唸，無聲符表示平聲。

คว (kw) + า (ā) + ย (i) = ควาย (kwāi)

◎ 範例：以第一個字母低音 ค 發音，低音的 ้ 唸成第三聲。

คล (kl) + า (ā) + ย (i) + ้ = คล้าย (klāi~)

拼音練習

109

❶ 基本拼音＋短母音＋聲調

ค (k)	短音平聲	二 聲	三 聲		長音平聲	二 聲	三 聲
ไ- (ai)	ไค kai	ไค่ kai、	ไค้ kai~	-าย (āi)	คาย kāi	ค่าย kāi、	ค้าย kāi~
เ-า (ao)	เคา kao	เค่า kao、	เค้า kao~	-าว (āu)	คาว kāu	ค่าว kāu、	ค้าว kāu~
-ำ (am)	คำ kam	ค่ำ kam、	ค้ำ kam~	-าม (ām)	คาม kām	ค่าม kām、	ค้าม kām~

❷ 基本拼音＋配對母音＋聲調

子音＋母音		短音三聲	長音平聲	長音二聲	長音三聲
ค (k)	-ัวะ / -ัว (ua / ūa)	คั้วะ kua~	คัว kūa	คั่ว kūa、	คั้ว kūa~

子音+母音		短音三聲	長音平聲	長音二聲	長音三聲
ค (k)	ิ / ี (i / ī)	คิ	คี	คี่	คี้
		ki~	kī	kī ˋ	kī~
	เ-ียะ / เ-ีย (ia / īa)	เคียะ	เคีย	เคี่ย	เคี้ย
		kia~	kīa	kīa ˋ	kīa~
	เ-ือะ / เ-ือ (œa / œ̄a)	เคือะ	เคือ	เคื่อ	เคื้อ
		kœa~	kœ̄a	kœ̄a ˋ	kœ̄a~
	เ-ะ / เ- (e / ē)	เคะ	เค	เค่	เค้
		ke~	kē	kē ˋ	kē~
	แ-ะ / แ- (ɛ / ɛ̄)	แคะ	แค	แค่	แค้
		kɛ~	kɛ̄	kɛ̄ ˋ	kɛ̄~
	ุ / ู (u / ū)	คุ	คู	คู่	คู้
		ku~	kū	kū ˋ	kū~
	เ-าะ / -อ (ɔ / ɔ̄)	เคาะ	คอ	ค่อ	ค้อ
		kɔ~	kɔ̄	kɔ̄ ˋ	kɔ̄~
	โ-ะ / โ- (o / ō)	โคะ	โค	โค่	โค้
		ko~	kō	kō ˋ	kō~

❸ 基本拼音＋清尾音

●依聲調符號發音。

子音+母音	น (n) น / ล / ญ	ง (ng)	ม (m)	ย (i)	ว (u)
คะ (ka~)	คัน	คัง	คัม	คัย	×
	kan	kang	kam	kai	

子音＋母音	น (n) น / ล / ญ	ง (ng)	ม (m)	ย (i)	ว (u)
คา (kā)	คาน kān	คาง kāng	คาม kām	คาย kāi	คาว kāu
คี (kī)	คีน kīn	คีง kīng	คีม kīm	×	คีว kīu
เคีย (kīa)	เคียน kīan	เคียง kīang	เคียม kīam	×	เคียว kīau
คือ (kœ̄)	คืน kœ̄n	คืง kœ̄ng	คืม kœ̄m	×	×
เคือ (kœ̄a)	เคือน kœ̄an	เคือง kœ̄ang	เคือม kœ̄am	เคือย kœ̄ai	×
แค (kɛ̄)	แคน kɛ̄n	แคง kɛ̄ng	แคม kɛ̄m	×	×
คอ (kɔ̄)	คอน kɔ̄n	คอง kɔ̄ng	คอม kɔ̄m	คอย kɔ̄i	×
โคะ (ko~)	คน kon	คง kong	คม kom	×	×
เคอ (kə̄)	เคิน kə̄n	เคิง kə̄ng	เคิม kə̄m	เคย kə̄i	×

④ 基本拼音＋濁尾音

●配短母音發第三聲，配長母音發第二聲。

子音 ＋ 母音	ก (k) ก / ข / ค		ด (t) จ/ด/ต/ฎ/ฏ/ถ ฐ/ศ/ษ/ส/ช		บ (p) บ / ป / พ / ฟ	
	二 聲	三 聲	二 聲	三 聲	二 聲	三 聲
คะ (ka~)	×	คัก kak~	×	คัด kat~	×	คับ kap~
คา (kā)	คาก kākˋ	×	คาด kātˋ	×	คาบ kāpˋ	×
คัว (kūa)	ควก kūakˋ	×	ควด kūatˋ	×	ควบ kūapˋ	×
คิ (ki~)	×	คิก kik~	×	คิด kit~	×	คิบ kip~
คี (kī)	คีก kīkˋ	×	คีด kītˋ	×	คีบ kīpˋ	×
เคีย (kīa)	เคียก kīakˋ	×	เคียด kīatˋ	×	เคียบ kīapˋ	×
คึ (kœ~)	×	คึก kœk~	×	คึด kœt~	×	คึบ kœp~
คือ (kœ̄)	คืก kœ̄kˋ	×	คืด kœ̄tˋ	×	คืบ kœ̄pˋ	×
เคือ (kœ̄a)	เคือก kœ̄akˋ	×	เคือด kœ̄atˋ	×	เคือบ kœ̄apˋ	×

子音 + 母音	ก (k) ก / ข / ค		ด (t) จ/ด/ต/ฎ/ฏ/ถ ฐ/ศ/ษ/ส/ช		บ (p) บ / ป / พ / ฟ	
	二 聲	三 聲	二 聲	三 聲	二 聲	三 聲
คุ (ku~)	×	คุก kuk~	×	คุด kut~	×	คุบ kup~
คู (kū)	คูก kūk ˋ	×	คูด kūt ˋ	×	คูบ kūp ˋ	×
เคะ (ke~)	×	เค็ก kek~	×	เค็ด ket~	×	เค็บ kep~
เค (kē)	เคก kēk ˋ	×	เคด kēt ˋ	×	เคบ kēp ˋ	×
แคะ (kɛ~)	×	แค็ก kɛk~	×	แค็ด kɛt~	×	แค็บ kɛp~
แค (kɛ̄)	แคก kɛ̄k ˋ	×	แคด kɛ̄t ˋ	×	แคบ kɛ̄p ˋ	×
คอ (kɔ̄)	คอก kɔ̄k ˋ	×	คอด kɔ̄t ˋ	×	คอบ kɔ̄p ˋ	×
โคะ (ko~)	×	คก kok~	×	คด kot~	×	คบ kop~
โค (kō)	โคก kōk ˋ	×	โคด kōt ˋ	×	โคบ kōp ˋ	×

子音 + 母音	ก (k) ก / ข / ค		ด (t) จ/ด/ต/ฎ/ฏ/ถ ฐ/ศ/ษ/ส/ช		บ (p) บ / ป / พ / ฟ	
	二 聲	三 聲	二 聲	三 聲	二 聲	三 聲
เคอ (kə̄)	เคิก kə̄k ˋ	×	เคิด kə̄t ˋ	×	เคิบ kə̄p ˋ	×

例 字

110

泰文	拼音	中文
ควาย	kwāi	水牛 名
หญิง	ying ˊ	女性的 形
➥ ผู้หญิง	pū ˋ ying ˊ	女性
ค่ะ	ka ˋ	女性專用， 表示客氣的語尾詞。
เดี๋ยว	dhīau ˊ	等會兒、等一下 副
➥ ใจเย็นๆสิ เดี๋ยวเขาก็มา	jai yen yen si ˇ dhīau ˊ kao ˊ gɔ ˋ mā	別急別急，他等一下 就來。
คน	kon	人 名 量
➥ คนขับรถ	kon kap ˇ rot~	司機
➥ คนไต้หวัน	kon dai ˋ wan ˊ	台灣人
คิด	kit~	想 動
➥ คิดถึง	kit~ tœng ˊ	想念

泰文	拼音	中文
ค่ำ	kam ˋ	夜間 名
➡ ตอนค่ำ	dɔ̄n kam ˋ	在夜間
คุย	kui	談、講 動
➡ คุยมือถือ	kui mœ̄ tœ̄ ˊ	講手機
เค็ม	kem	鹹的 形
➡ ไข่เค็ม	kai ˇ kem	鹹蛋
คล้าย	klāi~	與…相似 動
คลอง	klɔ̄ng	運河 名
สตางค์	sa ˇ dāng	撒丹 名 1 銖 = 100 撒丹
เคย	kə̄i	曾經 副
➡ เคยมา ไต้หวันไหม	kə̄i mā dai ˋ wan ˊ mai ˊ	曾來過台灣嗎？
ไม่ค่อย	mai ˋ kɔ̄i ˋ	不太 副
➡ ไม่ค่อยยาก	mai ˋ kɔ̄i ˋ yāk ˋ	不太難
➡ ไม่ค่อยไกล	mai ˋ kɔ̄i ˋ glai	不太遠
แล้วค่อย	lɛ̄u~ kɔ̄i ˋ	然後再 連
➡ กินก่อนแล้ว ค่อยคุยกัน	gin gɔ̄n ˇ lɛ̄u~ kɔ̄i ˋ kui gan	先吃，然後再聊。
ค่อยๆ	kɔ̄i ˋ kɔ̄i ˋ	慢慢地（按步就班）副

泰文	拼音	中文
➡ ค่อยๆเดิน	kɔ̄i、kɔ̄i、dhə̄n	慢慢走
ปัญหา	ban hā ˊ	問題 名
➡ ไม่มีปัญหา	mai、mī ban hā ˊ	沒有問題
เชิญ	chə̄n	請 動
➡ เชิญนั่ง	chə̄n nang、	請坐
ใหญ่	yai ˇ	大的 形
ญี่ปุ่น	yī、bun ˇ	日本 名
➡ เพื่อนคนญี่ปุ่น	pœ̄an、kon yī、bun ˇ	日本朋友
หญ้า	yā、	草 名

低子音 13/24

🔊111

發音 rɔ̄ 羅馬拼音/尾音

例字 r/n

เรือ 船
rōea

ร ร ร ร ร ร ร

ร ร ร ร ร ร ร

ร 是泰語字母中，屬於低音組的字母，發音為 r，若為字尾則為清尾音的 n 音。เรือ (rōea) 是它的例字，為「船」的意思。

關於《ร》

本字母在泰語中是一個震舌音（彈舌音），需要長時間的練習。發音時請將舌頭儘量放鬆，勿捲舌，平置於口腔中間，然後送氣，以氣流帶動舌頭。以下請各位試著發音看看：

◎ 範例：

ร (r) + -า (ā) = รา (rā)

ร (r) + -ี (ī) = รี (rī)

ร (r) + -ู (ū) = รู (rū)

ร (r) + เ- (ē) = เร (rē)

ร (r) + -อ (ɔ̄) = รอ (rɔ̄)

連音 กร/ปร/ตร/พร/คร/ขร

กร- (gr)、ปร- (br)、ตร- (dr) 、พร- (pr)、 คร- (kr)、ขร- (kr)。

◎ 範例：以第一個字母中音 ก 發音，遇濁尾音故固定唸第一聲。

กร- (gr) + อ (ɔ̄) + ก (k) = กรอก (grɔ̄k ˇ)

◎ 範例：以第一個字母中音 ป 發音，遇清尾音故照聲調符號唸。

ปร- (br) + เ-ีย (īa) + ว (u) + ้ = เปรี้ยว (brīau ˋ)

◎ 範例：以第一個字母中音 ต 發音，遇清尾音故照聲調符號唸，無聲符表示平聲。

ตร- (dr) + โ-ะ (o) + ง (ng) = ตรง (drong)

◎ 範例：以第一個字母低音 พ 發音，遇短母音＋濁尾音故固定唸第三聲。

พร- (pr) + ิ (i) + ก (k) = พริก (prik~)

◎ 範例：以第一個字母低音 ค 發音，無聲符表示平聲。

คร- (kr) + ใ- (ai) = ใคร (krai)

◎ 範例：以第一個字母高音 ข 發音，無聲符表示第四聲。

ขร- (kr) + ึ (œ) + ม (m) = ขรึม (krœm ˊ)

特殊發音《ร》 112

❶ -ร 在字尾且沒有母音，發音等於 -อน。但字尾是 -ตร 的時候 ร 不發音。

◎ 範例：

ละคร （發音 ละ-คอน / la~ kɔ̄n）戲劇
เกษตร （發音 กะ-เสด / ga ˇ sēt ˇ ）農業
บัตร （發音 บัด / bhat ˇ ）卡片

❷ **-รร-** 在字中時，發音等於 **-ะ** (a)。

◎ 範例：

พรรค　（發音 **พัก** / pak~）政黨
กรรม　（發音 **กัม** / gam）業（宗教）

❸ **-รร** 在字尾時，發音等於 **-ัน** (an)。

◎ 範例：

กรรไกร　（發音 **กัน-ไกร** / gan grai）剪刀
พรรษา　（發音 **พัน-สา** / pan sā ˊ ）雨季，年

❹ **สร- / จร- / ศร-** 這些 **ร** 不發音。但母音及聲調符號應寫在 **ร** 上方。

◎ 範例：

สร้าง　（發音 **ส้าง** / sāng ˋ ）建造
เศร้า　（發音 **เศ้า** / sao ˋ ）悲傷的
จริง　（發音 **จิง** / jing）真的

❺ **บริ-** 固定唸 **บอ-ริ** (bhɔ̄ ri~)。 **มร-** 固定唸 **มอ-ระ** (mɔ̄ ra~)。

◎ 範例：

บริกร　（發音 **บอ-ริ-กอน** / bhɔ̄ ri~ gɔ̄n）服務生
บริจาค　（發音 **บอ-ริ-จาก** / bhɔ̄ ri~ jāk ˇ ）捐獻
มรสุม　（發音 **มอ-ระ-สุม** / mɔ̄ ra~ sum ˊ ）暴風雨
มรดก　（發音 **มอ-ระ-ดก** / mɔ̄ ra~ dhok ˇ ）遺產

無高音字母可互補 ร　113

可在 **ร** 前面加前引字母 **ห**，使其變成高音 **หร**，以此方式 **ร** 可以當成高音使用。因為本字母沒有相同發音、且屬於高音組的字母可供互相搭配。

子音	高、低音		平 聲	一 聲	二 聲	三 聲	四 聲
ร (r)	高音	หร (r)	×	หร่า rā ˇ	หร้า rā ˋ	×	หรา rā ˊ
	低音	ร (r)	รา rā	×	ร่า rā ˋ	ร้า rā~	×

ห 作前引字的低音字母（總整理）

หม- / หย- / หง- / หล- / หน- / หว- / หญ- / หร-

這8個低音字母都沒有發音相同、且屬於高音組的字母可供互相搭配，必須加上前引字ห，才可發成高音，補足成5個完整聲調。

■ ม / ง / ย / ล / น 第23、24課、ว 第25課、ญ 第26課、ร 第27課。

拼音練習

114

❶ 基本拼音＋聲調

ร(r)	短音平聲	短音二聲	短音三聲		長音平聲	長音二聲	長音三聲
ไ- (ai)	ไร rai	ไร่ rai ˋ	ไร้ rai~	-าย (āi)	ราย rāi	ร่าย rāi ˋ	ร้าย rāi~
เ-า (ao)	เรา rao	เร่า rao ˋ	เร้า rao~	-าว (āu)	ราว rāu	ร่าว rāu ˋ	ร้าว rāu~
-ำ (am)	รำ ram	ร่ำ ram ˋ	ร้ำ ram~	-าม (ām)	ราม rām	ร่าม rām ˋ	ร้าม rām~

❷ 基本拼音＋配對母音＋聲調

子音＋母音		短音三聲	長音平聲	長音二聲	長音三聲
ร (r)	-ิ / -ี (i / ī)	ริ	รี	รี่	รี้
		ri~	rī	rīˋ	rī~
	เ-ียะ / เ-ีย (ia / īa)	เรียะ	เรีย	เรี่ย	เรี้ย
		ria~	rīa	rīaˋ	rīa~
	เ-ือะ / เ-ือ (œa / œ̄a)	เรือะ	เรือ	เรื่อ	เรื้อ
		rœa~	rœ̄a	rœ̄aˋ	rœ̄a~
	เ-ะ / เ- (e / ē)	เระ	เร	เร่	เร้
		re~	rē	rēˋ	rē~
	แ-ะ / แ- (ɛ / ɛ̄)	แระ	แร	แร่	แร้
		rɛ~	rɛ̄	rɛ̄ˋ	rɛ̄~
	-ุ , -ู (u / ū)	รุ	รู	รู่	รู้
		ru~	rū	rūˋ	rū~
	เ-าะ / -อ (ɔ / ɔ̄)	เราะ	รอ	ร่อ	ร้อ
		rɔ~	rɔ̄	rɔ̄ˋ	rɔ̄~
	โ-ะ / โ- (o / ō)	โระ	โร	โร่	โร้
		ro~	rō	rōˋ	rō~
	เ-อะ / เ-อ (ə / ə̄)	เรอะ	เรอ	เร่อ	เร้อ
		rə~	rə̄	rə̄ˋ	rə̄~
	-ัวะ / -ัว (ua / ūa)	รัวะ	รัว	รั่ว	รั้ว
		rua~	rūa	rūaˋ	rūa~

③ 基本拼音＋清尾音

●依聲調符號發音。 115

子音＋母音	น (n) น / ล / ญ / ร	ง (ng)	ม (m)	ย (i)	ว (u)
ระ (ra~)	รัน ran	รัง rang	รัม ram	รัย rai	×
รา (rā)	ราน rān	ราง rāng	ราม rām	ราย rāi	ราว rāu
รี (rī)	รีน rīn	รีง rīng	รีม rīm	×	รีว rīu
เรีย (rīa)	เรียน rīan	เรียง rīang	เรียม rīam	×	เรียว rīau
เรือ (rœ̄a)	เรือน rœ̄an	เรือง rœ̄ang	เรือม rœ̄am	เรือย rœ̄ai	×
โระ (ro~)	รน ron	รง rong	รม rom	×	×
รอ (rɔ̄)	รอน rɔ̄n	รอง rɔ̄ng	รอม rɔ̄m	รอย rɔ̄i	×
เรอ (rə̄)	เริน rə̄n	เริง rə̄ng	เริม rə̄m	เรย rə̄i	×
รัว (rūa)	รวน rūan	รวง rūang	รวม rūam	รวย ※rūei	×

（※第 25 課 p.220，有提到 -วย 會變音為 ūei。）

④ 基本拼音＋濁尾音

●配短母音發第三聲，配長母音發第二聲。

子音 ＋ 母音	ก (k) ก / ข / ค		ด (t) จ/ด/ต/ฎ/ฏ/ถ ฐ/ศ/ษ/ส/ช		บ (p) บ / ป / พ / ฟ	
	二 聲	三 聲	二 聲	三 聲	二 聲	三 聲
ระ (ra~)	×	รัก rak~	×	รัฐ rat~	×	รับ rap~
รา (rā)	ราก rāk ˋ	×	ราด rāt ˋ	×	ราบ rāp ˋ	×
ริ (ri~)	×	ริก rik~	×	ริด rit~	×	ริบ rip~
รี (rī)	รีก rīk ˋ	×	รีด rīt ˋ	×	รีบ rīp ˋ	×
เรีย (rīa)	เรียก rīak ˋ	×	เรียด rīat ˋ	×	เรียบ rīap ˋ	×
รึ (rœ~)	×	รึก rœk~	×	รึด rœt~	×	รึบ rœp~
รือ (rœ̄)	รืก rœ̄k ˋ	×	รืด rœ̄t ˋ	×	รืบ rœ̄p ˋ	×
เรือ (rœ̄a)	เรือก rœ̄ak ˋ	×	เรือด rœ̄at ˋ	×	เรือบ rœ̄ap ˋ	×
แร (rɛ̄)	แรก rɛ̄k ˋ	×	แรด rɛ̄t ˋ	×	แรบ rɛ̄p ˋ	×

子音 + 母音	ก (k) ก/ข/ค		ด (t) จ/ด/ต/ฎ/ฏ/ถ ฐ/ศ/ษ/ส/ช		บ (p) บ/ป/พ/ฟ	
	二 聲	三 聲	二 聲	三 聲	二 聲	三 聲
รอ (rɔ̄)	รอก rɔ̄k ˋ	×	รอด rɔ̄t ˋ	×	รอบ rɔ̄p ˋ	×
โระ (ro~)	×	รก rok~	×	รด rot~	×	รบ rop~
โร (rō)	โรค rōk ˋ	×	โรด rōt ˋ	×	โรบ rōp ˋ	×
รัว (rūa)	รวก rūak ˋ	×	รวด rūat ˋ	×	รวบ rūap ˋ	×
เรอ (rə̄)	เริก rə̄k ˋ	×	เริด rə̄t ˋ	×	เริบ rə̄p ˋ	×

例 字

116

泰文	拼音	中文
เรือ	rœ̄a	船 名
เมื่อไหร่	mœ̄a ˋ rai ˇ	什麼時候 疑
อะไร	a ˇ rai	什麼 疑
อย่างไร	yāng ˇ rai	如何 疑
➡ ไปอย่างไร	bai yāng ˇ rai	怎麼去?
หรือ	rœ̄ ˊ	或者 連

泰文	拼音	中文
หรือเปล่า	rœ̄ ˊ blao ˇ	…嗎？ 疑
➥ อยากไป หรือเปล่า	yāk ˇ bai rœ̄ ˊ blao ˇ	想去嗎？
หรือยัง	rœ̄ ˊ yang	…了嗎？ 疑
➥ กินข้าวหรือยัง	gin kāu ˋ rœ̄ ˊ yang	吃飯了嗎？
โรงหนัง	rōng nang ˊ	電影院 名
โรงงาน	rōng ngān	工廠 名
รู้	rū~	知道 動
➥ รู้หรือเปล่า	rū~ rœ̄ ˊ blao ˇ	知道嗎？
จริง	jing	真的 形
➥ สวยจริงๆ	sūei ˊ jing jing	真漂亮
➥ จริงหรือเปล่า	jing rœ̄ ˊ blao ˇ	真的嗎？
ร้าน	rān~	商店 名
➥ ร้านขายยา	rān~ kāi ˊ yā	藥局
➥ ร้านอาหาร	rān~ ā hān ˊ	餐廳
ร้อย	rɔ̄i~	百（數字單位） 數
รัก	rak~	愛 動
เรา	rao	我們、我 代

泰文	拼音	中文
อร่อย	a ˇ rɔ̄i ˇ	好吃的 ※特殊發音：อ 發音為 อะ 並把 ร 轉成中音 形
ร้อน	rɔ̄n~	熱的 形
➥ อากาศร้อน	ā gāt ˇ rɔ̄n~	天氣熱
รถ	rot~	車子 名
➥ รถติด	rot~ dit ˇ	塞車
เร็ว	reu	快的 形
➥ ขับรถเร็วๆ	kap ˇ rot~ reu reu	開快車
รอ	rɔ̄	等待 動
➥ รอรถเมล์	rɔ̄ rot~ mē	等公車
ร้อง	rɔ̄ng~	1. 唱 動 2. 大叫 動
➥ ร้องเพลง	rɔ̄ng~ plēng	唱歌
➥ นักร้อง	nak~ rɔ̄ng~	歌星
เรียน	rīan	學習 動
➥ นักเรียน	nak~ rīan	學生
ราคา	rā kā	價格 名
➥ ขึ้นราคา	kœn ˋ rā kā	漲價
พิเศษ	pi~ sēt ˇ	特別的 形
➥ ราคาพิเศษ	rā kā pi~ sēt ˇ	特價

117

泰文	拼音	中文
ต้องการ	dɔ̄ng ˋ gān	需要 動
➡ ต้องการอะไร	dɔ̄ng ˋ gān a ˇ rai	需要什麼？
อาหาร	ā hān ˊ	餐點 名
➡ อาหารเช้า	ā hān ˊ chao~	早餐
➡ อาหารเจ	ā hān ˊ jē	素食
เกรงใจ	grēng jai	客氣 動
➡ ไม่ต้องเกรงใจครับ / ค่ะ	mai ˋ dɔ̄ng ˋ grēng jai krap~ / ka ˋ	不用客氣（男／女）
ไส้กรอก	sai ˋ grɔ̄k ˇ	熱狗、香腸 名
ประตู	bra ˇ dū	門 名
➡ เปิด / ปิดประตู	bə̄t ˇ / bit ˇ bra ˇ dū	開 ／ 關門
เปรี้ยว	brīau ˋ	酸的 形
มะพร้าว	ma~ prāu~	椰子 名
พริก	prik~	辣椒 名
พระ	pra~	僧侶，佛 名
ใคร	krai	誰 疑
ครับ / ครับผม	krap~ / krap~ pom ˊ	男性專用，表示客氣的語尾詞。

泰文	拼音	中文
ขรึม	krœm ˊ	嚴肅莊重的 形
ขรุขระ	kru ˇ kra ˇ	崎嶇不平的（道路） 形

低子音 14/24

118

發音 tɔ̄ 羅馬拼音/尾音 t/t

例字

ทหาร 軍人

ta~ hān ╱

ท

ท

ท 是泰語字母中，屬於低音組的字母，發音為 t，若為字尾則為濁尾音的 t 音。ทหาร (ta~ hān ╱) 是它的例字，為「軍人」的意思。

低子音 15/24

發音 nɔ̄ 羅馬拼音/尾音 n/n

例字

เณร 沙彌

nēn

ณ

ณ

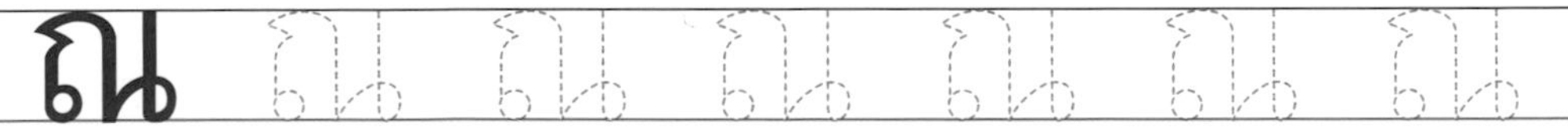

ณ 是泰語字母中，屬於低音組的字母，發音為 n，若為字尾則為清尾音的 n 音。เณร (nēn) 是它的例字，為「沙彌」的意思。
注意類似字母的寫法：ญ / ณ

特殊發音《ทร-》

❶「ทร＋母音」，則發音等同 ซ（s）。

◎ 範例：

ทราย （發音為 ซาย / sāi）沙
ทราบ （發音為 ซาบ / sāp、）知道
ทรัพย์ （發音為 ซับ / sap~）財物
ทรง （發音為 ซง / song，變形母音❹โ-ะ➡✕）形式
กระทรวง （發音為 กระซวง / gra ˇ sūang）部會；部門
ทรุดโทรม （發音為 ซุดโซม / sut~sōm）殘破；破舊
อินทรี （發音為 อินซี / insī）老鷹
ช่องนนทรี （發音為 ช่องนนซี / chɔ̄ng、non sī）崇儂西（曼谷 BTS 捷運站名）

❷「ทร」為單獨成立的一個音節，則發音為 ทอ-ระ（tɔ̄ ra~）。

◎ 範例：

ทรยศ （發音為 ทอ-ระ-ยด / tɔ̄ ra~ yot~）背叛
ทรมาน （發音為 ทอ-ระ-มาน / tɔ̄ ra~ mān）折磨

❸ 若 -ทร 有不發音符號 ◌์，則寫在 ร 上方，但 ทร 兩者都不發音。

◎ 範例：

พระจันทร์ （發音為 พระ-จัน / pra~ jan）月亮

❹ โทร- 固定唸為 โท-ระ（tō ra~），相當於英文的 tele- 的意思。

◎ 範例：

โทรศัพท์ （發音為 โท-ระ-สับ / tō ra~sap ˇ）電話
โทรทัศน์ （發音為 โท-ระ-ทัด / tō ra~tat~）電視

拼音練習

119

❶ 基本拼音＋聲調

ท(t)	短音平聲	短音二聲	短音三聲		長音平聲	長音二聲	長音三聲
ไ- (ai)	ไท	ไท่	ไท้	-าย (āi)	ทาย	ท่าย	ท้าย
	tai	tai、	tai~		tāi	tāi、	tāi~
เ-า (ao)	เทา	เท่า	เท้า	-าว (āu)	ทาว	ท่าว	ท้าว
	tao	tao、	tao~		tāu	tāu、	tāu~
-ำ (am)	ทำ	ท่ำ	ท้ำ	-าม (ām)	ทาม	ท่าม	ท้าม
	tam	tam、	tam~		tām	tām、	tām~

❷ 基本拼音＋配對母音＋聲調

子音＋母音		短音三聲	長音平聲	長音二聲	長音三聲
ท (t)	-ิ / -ี (i / ī)	ทิ	ที	ที่	ที้
		ti~	tī	tī、	tī~
	เ-ียะ / เ-ีย (ia / īa)	เทียะ	เทีย	เที่ย	เที้ย
		tia~	tīa	tīa、	tīa~
	เ-ือะ / เ-ือ (œa / œ̄a)	เทือะ	เทือ	เที่อ	เทื้อ
		tœa~	tœ̄a	tœ̄a、	tœ̄a~
	-ุ / -ู (u / ū)	ทุ	ทู	ทู่	ทู้
		tu~	tū	tū、	tū~
	เ-ะ / เ- (e / ē)	เทะ	เท	เท่	เท้
		te~	tē	tē、	tē~

子音+母音		短音三聲	長音平聲	長音二聲	長音三聲
ท (t)	แ-ะ / แ- (ɛ / ɛ̄)	แทะ tɛ~	แท tɛ̄	แท่ tɛ̄ ˋ	แท้ tɛ̄~
	เ-าะ / -อ (ɔ / ɔ̄)	เทาะ tɔ~	ทอ tɔ̄	ท่อ tɔ̄ ˋ	ท้อ tɔ̄~
	โ-ะ / โ- (o / ō)	โทะ to~	โท tō	โท่ tō ˋ	โท้ tō~
	เ-อะ / เ-อ (ə / ə̄)	เทอะ tə~	เทอ tə̄	เท่อ tə̄ ˋ	เท้อ tə̄~
	-ัวะ / -ัว (ua / ūa)	ทัวะ tua~	ทัว tūa	ทั่ว tūa ˋ	ทั้ว tūa~

❸ 基本拼音+清尾音 ●依聲調符號發音。 120

子音+母音	น (n) น / ล / ญ ร / ณ	ง (ng)	ม (m)	ย (i)	ว (u)
ทะ (ta~)	ทัน tan	ทัง tang	ทัม tam	ทัย tai	×
ทา (tā)	ทาน tān	ทาง tāng	ทาม tām	ทาย tāi	ทาว tāu
ที (tī)	ทีน tīn	ทีง tīng	ทีม tīm	×	ทีว tīu
เทีย (tīa)	เทียน tīan	เทียง tīang	เทียม tīam	×	เทียว tīau

子音+母音	น (n) น / ล / ญ ร / ณ	ง (ng)	ม (m)	ย (i)	ว (u)
ที (tœ~)	ทึน tœn	ทึง tœng	ทึม tœm	×	×
เทือ (tœ̄a)	เทือน tœ̄an	เทือง tœ̄ang	เทือม tœ̄am	เทือย tœ̄ai	×
เท (tē)	เทน tēn	เทง tēng	เทม tēm	×	เทว tēu
ทอ (tɔ̄)	ทอน tɔ̄n	ทอง tɔ̄ng	ทอม tɔ̄m	ทอย tɔ̄i	×
โทะ (to~)	ทน ton	ทง tong	ทม tom	×	×
เทอ (tə̄)	เทิน tə̄n	เทิง tə̄ng	เทิม tə̄m	เทย tə̄i	×
ทัว (tūa)	ทวน tūan	ทวง tūang	ทวม tūam	ทวย tūei	×

④ 基本拼音＋濁尾音

●配短母音發第三聲，配長母音發第二聲。

子音 + 母音	ก (k) ก / ข / ค		ด (t) จ / ด / ต / ฎ ฏ / ถ / ฐ / ศ ษ / ส / ซ / ท		บ (p) บ / ป / พ / ฟ	
	二 聲	三 聲	二 聲	三 聲	二 聲	三 聲
ทะ (ta~)	×	ทัก tak~	×	ทัด tat~	×	ทับ tap~
ทา (tā)	ทาก tāk ˋ	×	ทาส tāt ˋ	×	ทาบ tāp ˋ	×
ทิ (ti~)	×	ทิก tik~	×	ทิศ tit~	×	ทิบ tip~
ที (tī)	ทีก tīk ˋ	×	ทีด tīt ˋ	×	ทีบ tīp ˋ	×
เทีย (tīa)	เทียก tīak ˋ	×	เทียด tīat ˋ	×	เทียบ tīap ˋ	×
ทึ (tœ~)	×	ทึก tœk~	×	ทึด tœt~	×	ทึบ tœp~
ทือ (tœ̄)	ทึก tœ̄k ˋ	×	ทึด tœ̄t ˋ	×	ทึบ tœ̄p ˋ	×
เทือ (tœ̄a)	เทือก tœ̄ak ˋ	×	เทือด tœ̄at ˋ	×	เทือบ tœ̄ap ˋ	×

子音 + 母音	ก (k) ก / ข / ค		ด (t) จ / ด / ต / ฎ ฏ / ถ / ฐ / ศ ษ / ส / ซ / ท		บ (p) บ / ป / พ / ฟ	
	二 聲	三 聲	二 聲	三 聲	二 聲	三 聲
เทะ (te~)	×	เท็ก tek~	×	เท็ด tet~	×	เท็บ tep~
เท (tē)	เทก tēk `	×	เทด tēt `	×	เทบ tēp `	×
แทะ (tɛ~)	×	แท็ก tɛk~	×	แท็ด tɛt~	×	แท็บ tɛp~
แท (tɛ̄)	แทก tɛ̄k `	×	แทด tɛ̄t `	×	แทบ tɛ̄p `	×
ทอ (tɔ̄)	ทอก tɔ̄k `	×	ทอด tɔ̄t `	×	ทอบ tɔ̄p `	×
โทะ (to~)	×	ทก tok~	×	ทด tot~	×	ทบ top~
โท (tō)	โทก tōk `	×	โทด tōt `	×	โทบ tōp `	×
ทัว (tūa)	ทวก tūak `	×	ทวด tūat `	×	ทวบ tūap `	×
เทอ (tə̄)	เทิก tə̄k `	×	เทิด tə̄t `	×	เทิบ tə̄p `	×

例字 121

泰文	拼音	中文
ทหาร	ta~ hān ˊ	軍人 名
คุณ	kun	你，敬語為ท่าน 代
ท่าน	tān ˋ	你（คุณ）、 他（เขา）、 人（คน）的敬語 代
ทาน	tān	吃。 動 กินเ的文雅用法
ทำ	tam	做 動
➡ ทำงาน	tam ngān	工作、上班
ที่ไหน	tī ˋ nai ˊ	哪裡？ 疑
ทำไม	tam mai	為什麼？ 疑
บาท	bhāt ˇ	銖 名
➡ กี่บาท	gī ˇ bhāt ˇ	幾銖？
เท่าไหร่	tao ˋ rai ˇ	多少？ 疑
➡ อันนี้เท่าไหร่	an nī~ tao ˋ rai ˇ	這個多少錢？
เท่านั้น	tao ˋ nan~	而已 副
➡ ๑๕บาทเท่านั้น	sip ˇ hā ˋ bhāt ˇ tao ˋ nan~	15 銖而已
ทอง	tɔ̄ng	金子 名
➡ ร้านขายทอง	rān~ kāi ˊ tɔ̄ng	金飾店

泰文	拼音	中文
ท้อง	tɔ̄ng~	肚子 名
➡ ปวดท้อง	būat ˇ tɔ̄ng~	肚子痛
ทุก	tuk~	每 副
➡ ทุกวัน	tuk~ wan	每天
➡ ทุกคน	tuk~ kon	每個人
ประเทศ	bra ˇ tēt ˋ	國家（正式） 名
ไทย	tai	泰 名
➡ ประเทศไทย	bra ˇ tēt ˋ tai	泰國
➡ คนไทย	kon tai	泰國人
ทราบ	sāp ˋ	知道，รู้ 的敬語 名
ที่	tī ˋ	1. 地點 名 2. 在 介 3. （表示後方的句子是進一步說明前面的名詞） 代 4. 第～（次序） 副 5. （代替已知的主詞） 代 6. 之所以（表示原因） 名
➡ ที่จอดรถ	tī ˋ jɔ̄t ˇ rot~	停車場
➡ ที่ทำงาน	tī ˋ tam ngān	辦公室

泰文	拼音	中文
➡ กินกาแฟที่บ้านเพื่อน	gin gāfɛ tī ˋ bhān ˋ pœ̄an ˋ	在朋友家喝咖啡
➡ คนที่ไม่ชอบเรียนหนังสือ	kon tī ˋ mai ˋ chɔ̄p ˋ rīan nang ˊ sœ̄ ˊ	不喜歡唸書的人
➡ ที่สอง	tī ˋ sɔ̄ng ˊ	第二
➡ ที่เขาพูดมาก็แค่ล้อเล่นเท่านั้น	tī ˋ kao ˊ pūt ˋ mā gɔ ˋ kɛ̄ ˋ lɔ̄~ lēn ˋ tao ˋ nan~	他所說的只是鬧著玩而已。
➡ ที่มาสายก็เพราะรถติด	tī ˋ mā sāi ˊ gɔ ˋ prɔ~ rot~ dit ˇ	之所以來遲是因為塞車。
ครั้ง	krang~	次 名
➡ ครั้งที่ สอง	krang~ tī ˋ sɔ̄ng ˊ	第二次
เทา	tao	灰（色） 名
➡ สีเทา	sī ˊ tao	灰色的
ช่วง	chūang ˋ	期間 名
สงกรานต์	song ˊ grān	潑水節 名
➡ ช่วงสงกรานต์	chūang ˋ song ˊ grān	潑水節期間
กระทง	gra ˇ tong	水燈 名
➡ ลอยกระทง	lɔ̄i gra ˇ tong	放水燈

122

泰文	拼音	中文
เท้า	tao~	腳 名
➡ รองเท้า	rɔ̄ng tao~	鞋子
➡ ถุงเท้า	tung ˊ tao~	襪子
นั่ง	nang ˋ	坐 動
➡ ที่นั่ง	tī ˋ nang ˋ	坐位
➡ จองที่นั่ง	jɔ̄ng tī ˋ nang ˋ	訂位
➡ มีที่นั่งว่างไหม	mī tī ˋ nang ˋ wāng ˋ mai ˊ	有空位嗎?
บุญ	bhun	功德、善行 名
➡ ทำบุญ	tam bhun	行善、做功德
ที่สุด	tī ˋ sut ˇ	最 副
➡ สวยที่สุด	sūei ˊ tī ˋ sut ˇ	最漂亮
ทะเล	ta~ lē	海 名
➡ อาหารทะเล	ā hān ˊ ta~ lē	海鮮
เที่ยง	tīang ˋ	中午 名
เที่ยว	tīau ˋ	遊玩 動
➡ ไปเที่ยวทะเล	bai tīau ˋ ta~ lē	去海邊玩
ท่า	tā ˋ	碼頭 名
ขอโทษ	kɔ̄ ˊ tōt ˋ	對不起！

泰文	拼音	中文
ทาง	tāng	通道 名
ทางเข้า	tāng kao ˋ	入口
➡ ทางออก	tāng ɔ̄k ˇ	出口
ทอด	tɔ̄t ˋ	炸 動
➡ ทอดมันกุ้ง	tɔ̄t ˋ man gung ˋ	炸蝦餅
➡ ไก่ทอด	gai ˇ tɔ̄t ˋ	炸雞
ทราย	sāi	沙 名
➡ หาดทราย	hāt ˇ sāi	沙灘
➡ ชายหาด	chāi hāt ˇ	海邊
โทรทัศน์	tō ra~ tat~	電視（TV、ทีวี）名
ทรงผม	song pom ˊ	髮型 名
ที่แล้ว	tī ˋ lɛ̄u~	上一… 副
➡ ครั้งที่แล้ว	krang~ tī ˋ lɛ̄u~	上一次
➡ เดือนที่แล้ว	dhœ̄an tī ˋ lɛ̄u~	上個月
ทุเรียน	tu~ rīan	榴槤 名
กรุณา	ga ˇ ru~ nā	請 動

低子音 16/24

123

發音 tɔ̄ 羅馬拼音/尾音 t/t

例字

ธง 旗子

tong

ธ

ธ

ธ 是泰語字母中，屬於低音組的字母，發音為 t，若為字尾則為濁尾音的 t 音。ธง (tōng) 是它的例字，為「旗子」的意思。

低子音 17/24

發音 tɔ̄ 羅馬拼音/尾音 t/t

例字

มณโฑ 曼陀女

montō

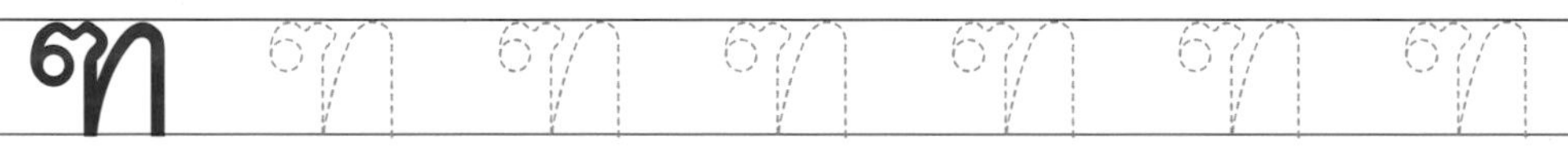

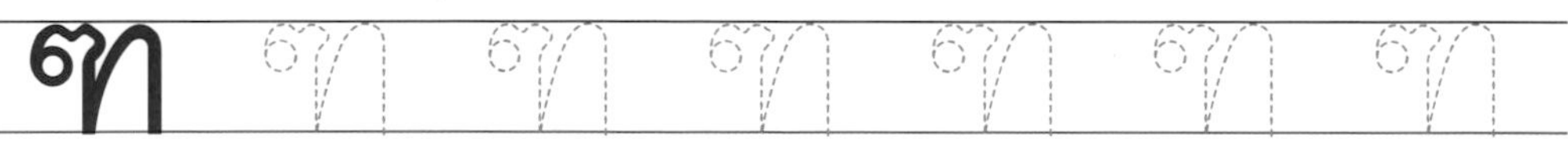

ฑ 是泰語字母中，屬於低音組的字母，發音為 t，若為字尾則為濁尾音的 t 音。มณโฑ (montō) 是它的例字，為「曼陀女」的意思。曼陀女是神話故事「羅摩衍那」中的人物之一。

低子音 18/24

發音 tɔ̄ 羅馬拼音/尾音 t/t

例字

ผู้เฒ่า 老翁

pū、tao、

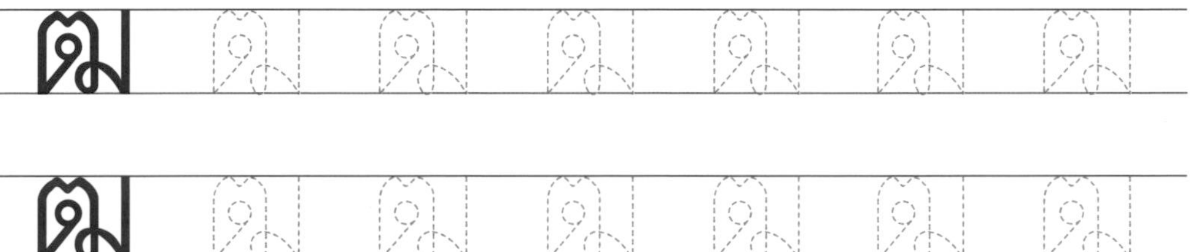

ฒ 是泰語字母中，屬於低音組的字母，發音為 t，若為字尾則為濁尾音的 t 音。ผู้เฒ่า (pū、tao、) 是它的例字，為「老翁」的意思。

注意寫法 ฑ / ท / ธ / ร

本課的三個子音，與前一課的 ท 皆為同音，出現的機率不高。

❶ 請仔細分辨相似的字母。

ฑ（低音 t）				
ท（低音 t）				
ธ（低音 t）				
ร（低音 r）				

❷ ถ / ฐ 是發音為 t 的高音組字母；ท / ฑ / ธ / ฒ 是發音為 t 的低音組字母。因此可以互相補成五個聲調。

例字

124

泰文	拼音	中文
ธง	tong	旗子 名
เธอ	tə̄	她／你 代
ธุระ	tu~ ra~	事務 名
➡ มีธุระ	mī tu~ ra~	有事
ธุรกิจ	tu~ ra~ git ˇ	生意，商業 名
➡ ทำธุรกิจการค้า	tam tu~ ra~ git ˇ gān kā~	做貿易生意
ธนาคาร	ta~ nā kān	銀行 名
➡ ธนาคารกรุงเทพ	ta~ nā kān grung tēp ˋ	盤谷銀行
โกรธ	grōt ˇ	生氣 動
ธรรมดา	tam ma~ dhā	普通的 形
➡ อาหารธรรมดา	ā hān ˊ tam ma~ dhā	普通的食物
เฒ่า	tao ˋ	老翁 名
➡ เฒ่าหัวงู	tao ˋ hūa ˊ ngū	好色老頭
วัฒนธรรม	wat~ ta~ na~ tam	文化 名

泰文	拼音	中文
➡ ผม/ฉันชอบวัฒนธรรมไทยครับ/ค่ะ	pom ˊ / chan ˊ chɔ̄p ˋ wat~ ta~ na~ tam tai krap~/ ka ˋ	我喜歡泰國文化（男／女）
พัฒน์พงศ์	pat~ pong	帕篷夜市 名 ※曼谷市內一處地名，以夜生活著稱
ครุฑ	krut~	金翅鳥 名 ※印度神話中的鳥，也是泰國國徽
บัณฑิต	bhan dhit ˇ	哲人，學問淵博的人，學士 名 ※特殊發音：ฑ的發音應唸為ด

低子音 19/24

125

發音 pɔ̄ 羅馬拼音/尾音 p/p

例字

สำเภา 三寶船

sam ˊ pao

ภ 是泰語字母中，屬於低音組的字母，發音為 p，若為字尾則為濁尾音的 p 音。สำเภา (sam ˊ pao) 是它的例字，為「三寶船」的意思。本字母與 พ 同音。

低子音 20/24

發音 kɔ̄ 羅馬拼音/尾音 k/k

例字

ระฆัง 鐘

ra~ kang

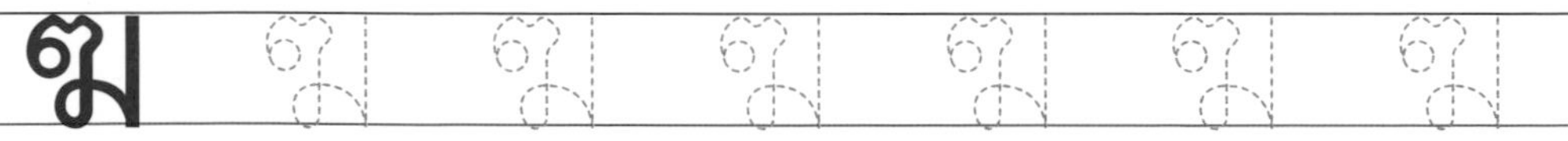

ฆ 是泰語字母中，屬於低音組的字母，發音為 k，若為字尾則為濁尾音的 k 音。ระฆัง (ra~kang) 是它的例字，為「鐘」的意思。本字母與 ค 同音。

低子音 21/24

發音 ไอ 羅馬拼音/尾音

例字 l/n

จุฬา 星形風箏

ju ˇ lā

ฬ ฬ ฬ ฬ ฬ ฬ ฬ

ฬ ฬ ฬ ฬ ฬ ฬ ฬ

ฬ 是泰語字母中，屬於低音組的字母，發音為 l，若為字尾則為清尾音的 n 音。จุฬา (ju ˇ lā) 是它的例字，為「星形風箏」的意思。本字母與 ล 同音。

注意寫法 ภ / ก / ถ / ฆ / ม / ฬ / พ

❶ 請仔細分辨相似的字母。

ภ（低音 p）	ก（中音 g）	ถ（高音 t）	ฆ（低音 k）	ม（低音 m）	ฬ（低音 l ）	พ（低音 p）

❷ ผ 是發音為 p 的高音組字母；ภ / พ 是發音為 p 的低音組字母，因此可以互相補成五個聲調。此外， ข 是發音為 k 的高音組字母；ค / ฆ 是發音為 k 的低音組字母。因此也可以互相補成五個聲調。

例 字 126

泰文	拼音	中文
สำเภา	sam ˊ pao	三寶船 名
ภาษา	pā sā ˊ	語言 名
➥ ภาษาไทย	pā sā ˊ tai	泰語
ภายใน	pāi nai	在…之內 介
➥ ภายในประเทศ	pāi nai bra ˇ tēt ˋ	國內的
➥ เรื่องนี้ต้องทำให้เสร็จภายใน 5 วัน	rœ̄ang ˋ nī~ dɔ̄ng ˋ tam hai ˋ set ˇ pāi nai hā ˋ wan	這件事得在5天內做完。
ระหว่าง	ra~ wāng ˇ	在…之間 介
➥ ระหว่างทาง	ra~ wāng ˇ tāng	在路上，途中
➥ ระหว่างประเทศ	ra~ wāng ˇ bra ˇ tēt ˋ	國際的
ภูเขา	pū kao ˊ	山 名 常略稱เขา
ภูเก็ต	pū get ˇ	普吉 名 （泰國府名）
ปลอดภัย	blɔ̄t ˇ pai	安全的 形
ภรรยา	pan ra~ yā	妻子 名
พิพิธภัณฑ์	pi~ pit~ ta~ pan	博物館 名
สุขภาพ	suk ˇ ka ˇ pāp ˋ	健康 名

泰文	拼音	中文
➡ รักษาสุขภาพด้วยนะ	rak~ sā ˊ suk ˇ ka ˇ pāp ˋ dhūei ˋ na~	請保重身體
วัด	wat~	寺廟 名
➡ วัดพระแก้ว	wat~ pra~ gɛ̄u ˋ	玉佛寺
➡ วัดโพธิ์	wat~ pō	臥佛寺
➡ วัดอรุณ	wat~ a ˇ run	鄭王廟
จุฬา	ju ˇ lā	星形風箏 名
ระฆัง	ra~ kang	鐘 名
เมฆ	mēk ˋ	雲 名
โฆษณา	kōt ˋ sa ˇ nā	廣告 名
➡ ลงโฆษณา	long kōt ˋ sa ˇ nā	登廣告
ภาษี	pā sī ˊ	稅 名
➡ ภาษีสนามบิน	pā sī ˊ sa ˇ nām ˊ bhin	機場稅
ปลาวาฬ	blā wān	鯨魚 名
นาฬิกา	nā li~ gā	時鐘 名
➡ นาฬิกาข้อมือ	nā li~ gā kɔ̄ ˋ mœ	手錶
พระสงฆ์	pra~ song ˊ	和尚 名
ภิกษุ	pik~ su ˇ	比丘 名

泰文	拼音	中文
กีฬา	gī lā	運動 名
➥ นักกีฬา	nak~ gī lā	運動員
➥ สนามกีฬา	sa ˇ nām ˊ gī lā	運動場
➥ เล่นกีฬา	lēn ˋ gī lā	作運動
ฆ่า	kā ˋ	殺 動
➥ ฆ่าตัวตาย	kā ˋ dūa dāi	自殺
จุฬาลงกรณ์	ju ˇ lā long gɔ̄n	朱拉隆功 名 ※泰國卻克里（曼谷）王朝第五代國王，拉瑪五世的名字。
มหาวิทยาลัย	ma~ hā ˊ wit~ ta~ yā lai	大學 名
➥ จุฬาลงกรณ์มหาวิทยาลัย	ju ˇ lā long gɔ̄n ma~ hā ˊ wit~ ta~ yā lai	朱拉隆功大學
ประเภท	bra ˇ pēt ˋ	類型、種類 名

低子音 22/24

127

發音 chɔ̄ 羅馬拼音/尾音

例字 ch/-

เฌอ 大樹

chə̄

ฌ

ฌ

ฌ 是泰語字母中，屬於低音組的字母，發音為 ch，不會當尾音使用。เฌอ (chə̄) 是它的例字，為「樹」的意思。本字母與 ช 同音。

低子音 23/24

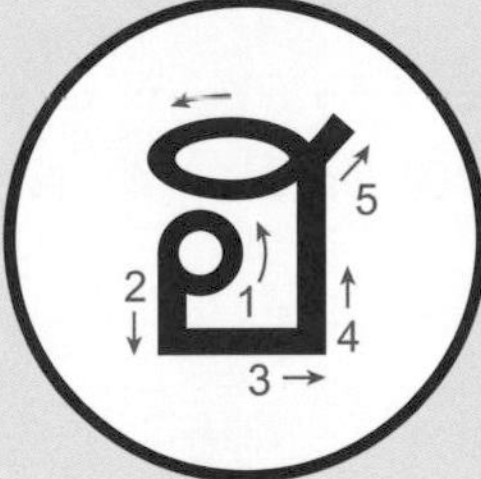

發音 hɔ̄ 羅馬拼音/尾音

例字 h/-

นกฮูก 貓頭鷹

nok~ hūk、

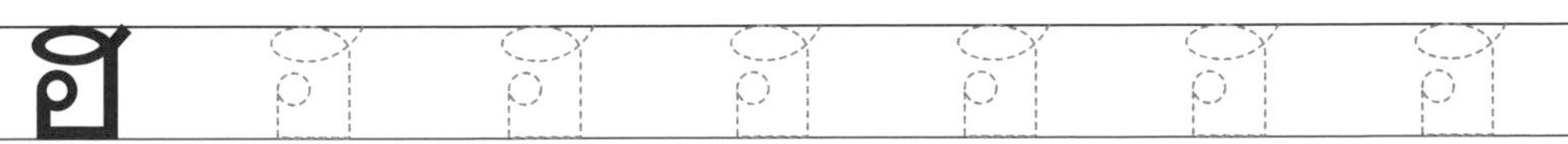

ฮ 是泰語字母中，屬於低音組的字母，發音為 h，不會當尾音使用。นกฮูก (nok~ hūk、) 是它的例字，為「貓頭鷹」的意思。

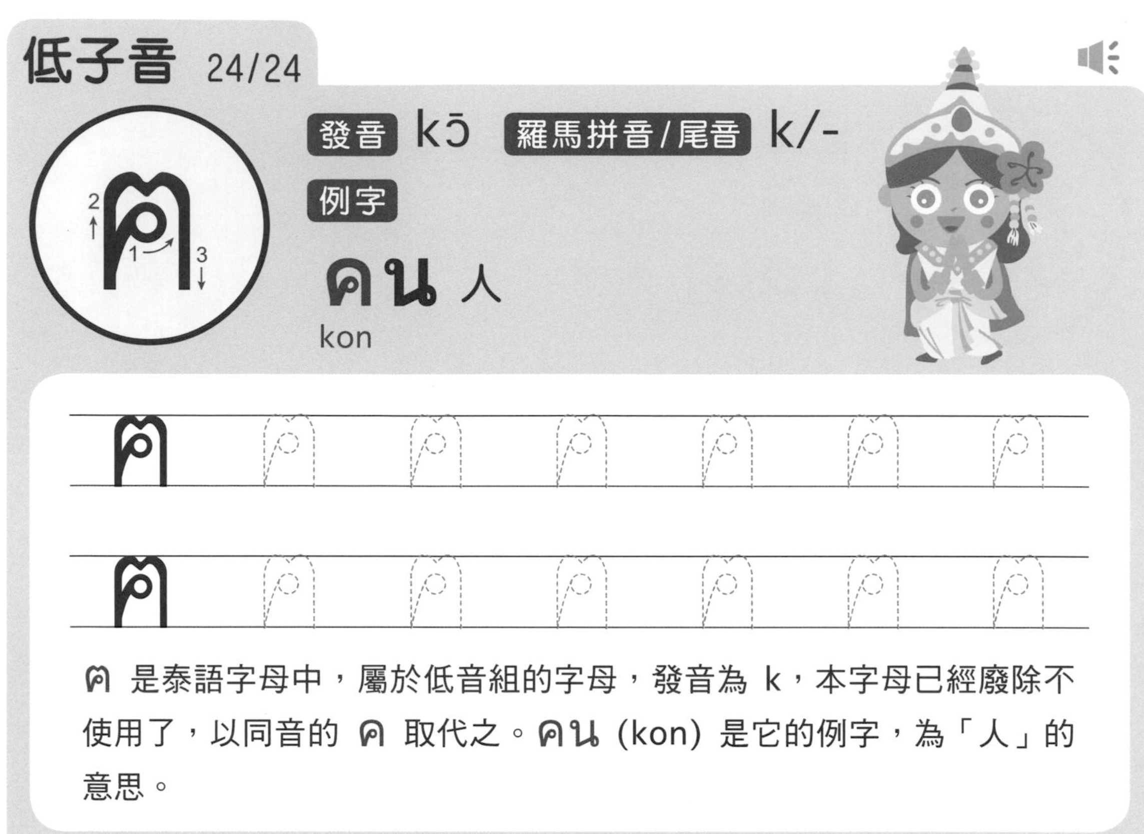

注意寫法 ญ/ณ/ฌ/ฮ/อ

❶ 請仔細分辨相似的字母。

ญ （低音 y）	ณ （低音 n）	ฌ （低音ch）	ฮ （低音 h）	อ （中音，不發音）

❷ ห 是發音為 h 的高音組字母；而 ฮ 是發音為 h 的低音組字母。因此互相補成五個聲調。

特殊尾音

字尾的 -ติ / -ตุ 發音視為濁尾音 ด。（此類字為梵文轉寫，留下字型但發音省略）

◎ 範例：

สมบัติ	som ˊ bhat ˇ	財富，財產
ชาติ	chāt ˋ	國籍，輩子
อุบัติเหตุ	u ˇ bhat ˇ di ˇ hēt ˇ	意外
เหตุผล	hēt ˇ pon ˊ	原因

例字

泰文	拼音	中文
เซี่ยงไฮ้	sīang ˋ hai~	上海 名
ฮ่องกง	hɔ̄ng ˋ gong	香港 名
นกฮูก	nok~ hūk ˋ	貓頭鷹 名
เฮฮา	hē hā	眾人嘻嘻哈哈 動
ฮิปโป	hip~ bō	河馬 名
ไฮโซ	hai sō	上流的（俚語） 形
➡ คนไฮโซ	kon hai sō	上流社會人士

第三章字母總結

低音子音表

全24個字母

128

子音	例字	中文	字首	尾音
ค (kɔ̄)	ควาย (kwāi)	水牛	k	k
ฅ (kɔ̄)	คน (kon)	人	k	k
ฆ (kɔ̄)	ระฆัง (ra~kang)	鐘	k	k
ง (ngɔ̄)	งู (ngū)	蛇	ng	ng
ช (chɔ̄)	ช้าง (chāng~)	大象	ch	t
ซ (sɔ̄)	โซ่ (sō ˋ)	鐵鍊	s	-
ฌ (chɔ̄)	เฌอ (chə̄)	大樹	ch	-
ญ (yɔ̄)	หญิง (ying ˊ)	女性	y	n
ฑ (tɔ̄)	มณโฑ (mon tō)	曼陀女	t	t

子音	例字	中文	字首	尾音
ฒ (tɔ̄)	ผู้เฒ่า (pū、tao、)	老翁	t	t
ณ (nɔ̄)	เณร (nēn)	沙彌	n	n
ท (tɔ̄)	ทหาร (ta~ hān ˊ)	軍人	t	t
ธ (tɔ̄)	ธง (tong)	旗子	t	t
น (nɔ̄)	หนู (nū ˊ)	老鼠	n	n
พ (pɔ̄)	พาน (pān)	高腳盤	p	p
ฟ (fɔ̄)	ฟัน (fan)	牙齒	f	p
ภ (pɔ̄)	สำเภา (sam ˊ pao)	三寶船	p	p
ม (mɔ̄)	ม้า (mā~)	馬	m	m
ย (yɔ̄)	ยักษ์ (yak~)	夜叉	y	i

第三章字母總結

子音	例字	中文	字首	尾音
ร (rɔ̄)	เรือ (rœ̄a)	船	r	n
ล (lɔ̄)	ลิง (ling)	猴子	l	n
ว (wɔ̄)	แหวน (wɛ̄n ˊ)	戒指	w	u
ฬ (lɔ̄)	จุฬา (ju ˇ lā)	星形風箏	l	n
ฮ (hɔ̄)	นกฮูก (nok~ hūk ˋ)	貓頭鷹	h	-

44 個子音字母全表，請參閱第 pp.14-15；32 個母音全表，請參閱 p.16。

複習學過的母音

全32個字母

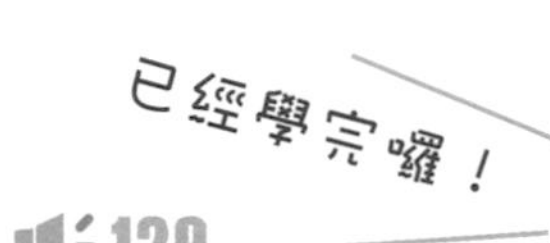

配對母音		非配對母音
短音 ⇨ 變形	長音 ⇨ 變形	
-ะ ⇨ -ั (a)	-า (ā)	ไ- (ai)
-ิ (i)	-ี (ī)	ใ- (ai)
-ึ (œ)	-ื (อ) (œ̄)	เ-า (ao)

-ุ (u)	-ู (ū)	-ำ (am)
เ-ะ ⇨ เ-็ (e)	เ- (ē)	ฤ (rœ~)
แ-ะ ⇨ แ-็ (ɛ)	แ- (ɛ̄)	ฤๅ (rœ̄)
เ-าะ ⇨ -็อ (ɔ)	-อ (ɔ̄)	ฦ (lœ~)
โ-ะ ⇨（省略） (o)	โ- (ō)	ฦๅ (lœ̄)
เ-อะ (ə)	เ-อ ⇨ เ-ิ (ə̄)尾音非 ย 的情況	-
	เ-อ ⇨ เ-ย (ə̄)เ-อ+ย=เ-ย	
เ-ือะ (œa)	เ-ือ (œ̄a)	-
เ-ียะ (ia)	เ-ีย (īa)	-
-ัวะ (ua)	-ัว ⇨ -ว- (ūa)	-

低音字母的聲調變化

凡是有聲調符號的字，請直接依表一的聲調符號發音，未標注聲調符號的時候，請依以下原則判別。請以「有無尾音」為優先判別標準。

❶ 清尾音 n、ng、m、i、u ：無論前面母音長短，一律照以下規則發音。

◎ 低音字母＋長 / 短母音＋清尾音

➤ 無聲調符號＝平聲。

➤ 有聲調符號＝按照聲調符號發音。（表一）

❷ 濁尾音 p、t、k ：

◎ 低音字母＋短母音＋濁尾音

➤ 無聲調符號＝第三聲。

◎ 低音字母＋長母音＋濁尾音

➤ 無聲調符號＝第二聲。

➤ （極少數標第一、二、四聲者，照聲調符號發音。）（表三）

❸ 無尾音：◎ 低音字母＋長母音或短母音 ไ / ใ / เ-า / -ำ ＋無尾音

➤ 無聲調符號＝平聲。

➤ 有聲調符號＝按照聲調符號發音。（表一）

◎ 低音字母＋短母音，不包含 ไ / ใ / เ-า / -ำ ＋無尾音

➤ 無聲調符號＝第三聲。

➤ （極少數標注第二、四聲者，依聲調符號發音。）（表二）

◎ 表一

長母音、短母音 ไ (ai) / ใ (ai) / เ-า (ao) / -ำ (am)，及清尾音。

泰文聲調	平 聲	一 聲	二 聲	三 聲	四 聲
中文聲調	一 聲	三聲【ˇ】	四聲【ˋ】	輕聲【～】	二聲【ˊ】
聲調符號	不標示	✕	่	๊	✕

◎ 表二

短母音（不包含 ไ (ai) / ใ (ai) / เ-า (ao) / -ำ (am)），且無尾音。					
泰文聲調	平 聲	一 聲	二 聲	三 聲	四 聲
中文聲調	一 聲	三聲【ˇ】	四聲【ˋ】	輕聲【～】	二聲【ˊ】
聲調符號	✕	✕	่	不標示	๋

◎ 表三

濁尾音。					
泰文聲調	平 聲	一 聲	二 聲	三 聲	四 聲
中文聲調	一 聲	三聲【ˇ】	四聲【ˋ】	輕聲【～】	二聲【ˊ】
短音母音＋濁尾音	✕	✕	่	不標示	๋
長音母音＋濁尾音	✕	✕	不標示	้	๋

連音

15 個連音組合：連音組合的第二個子音字母，會是 ล / ว / ร 之一。

❶ 與 ล 組合：ปล / กล / ขล / ผล / พล / คล
❷ 與 ว 組合：กว / ขว / คว
❸ 與 ร 組合：ตร / กร / ปร / พร / คร / ขร

第三章字母總結

前引字母

❶ 有八個低音子音 ง / ญ / น / ม / ย / ร / ล / ว，會因為接在部份中、高音字母後面 ข- / จ- / ฉ- / ต- / ถ- / ผ- / ส- / ห-，而改變音調。

會改變音調的原因，是因為這八個低音，在中、高組沒有同音字母，故湊不出完整的五聲變化。（註：有部份人認為 หณ- / หฬ- 也算，所以應算是有十個。但因泰文中並無這樣的拼字，故本書不列入。）

發音	高音字母 一、二、四聲	低音字母 平、二、三聲
k	ข ฃ	ค ฅ ฆ
ch	ฉ	ช ฌ
s	ศ ษ ส	ซ
t	ฐ ถ	ฑ ฒ ท ธ
p	ผ	พ ภ
f	ฝ	ฟ
h	ห	ฮ

發音	高音字母 一、二、四聲	低音字母 平、二、三聲
ng	หง-	ง
y	หญ / หย-	ญ ย
n	หน-	(ณ) น
m	หม-	ม
r	หร-	ร
l	หล-	ล (ฬ)
w	หว-	ว

❷ 有四個以 อ 作為前引字母的單字：อย่า / อยู่ / อยาก / อย่าง。

已學過的尾音整理

清尾音				
m	n	ng	i	u
ม	น ล ญ ณ ร ฬ	ง	ย	ว

濁尾音		
p	t	k
บ ป พ ฟ ภ	จ ฎ ฏ ด ต ฐ ถ ศ ษ ส ช ท ธ ฑ ฒ	ก ข ค ฆ

旅遊的時候這樣說 130

泰國是一個篤信佛教的國家，全國有90%以上的人民是虔誠的佛教徒。因此泰國對佛教極為尊敬。所以到了廟宇，請務必帶著禮貌參觀禮拜。而在曼谷觀光時交通尤其方便，大部分的熱門景點只要搭捷運即可抵達。除捷運以外還有巴士、計程車和嘟嘟車等可供選擇。但是如果遇到曼谷世界有名的塞車，大家也只能"再奄奄"囉。

開口說說看！ 可以把下面的單字加進底線裡喔。

1.____在哪裡。　____อยู่ที่ไหน?
（問東西和地點）　___yū ˇ tī ˋ nai ˊ ?

2.公車站	ป้ายรถเมล์	bāi ˋ rot~ mē
3.火車站	สถานีรถไฟ	sa ˇ tā ˊ nī rot~ fai
4.廁所	ห้องน้ำ	hɔ̄ng ˋ nām~
5.藥局	ร้านขายยา	rān~ kāi ˊ yā
6.市場	ตลาด	da ˇ lāt ˇ

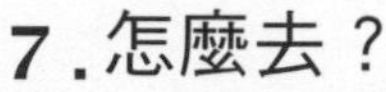

7.怎麼去？　ไปยังไง?　bai yang ngai?

8.可以搭____去嗎。　นั่ง____ไปได้ไหม?
nang ˋ ___bai dhai ˋ mai ˊ ?

9. 公車	รถเมล์	rot~ mē
10.火車	รถไฟ	rot~ fai
11.船	เรือ	rœ̄a
12.捷運（高架）	บีทีเอ็ส BTS	bhī tī et~
13.捷運（地下）	เอ็มอาร์ที MRT	em ā tī
14.計程車	แท็กซี่	tɛ̄k~ sī ˋ
15.摩托計程車	มอเตอร์ไซค์รับจ้าง	mɔ̄ dā sai rap~ jāng ˋ
16.嘟嘟車	ตุ๊กตุ๊ก	duk~ duk~
17.雙條車	สองแถว	sɔ̄ng ˊ tēu ˊ

泰語字母發音分類表

依發音排列

聲調	中音字母	高音字母	低音字母
發音	平・一・二・三・四聲	一・二・四聲	平・二・三聲
g	ก	-	-
k	-	ข ฃ	ค ฅ ฆ
ng	-	หง	ง
j	จ	-	-
ch	-	ฉ	ช ฌ
y	-	หญ หย	ญ ย
dh	ฎ ด	-	-
d	ฏ ต	-	-
t	-	ฐ ถ	ฑ ฒ ท ธ
n	-	หน (หณ)	ณ น
bh	บ	-	-
b	ป	-	-
p	-	ผ	พ ภ
f	-	ฝ	ฟ
m	-	หม	ม
r	-	หร	ร
l	-	หล (หฬ)	ล ฬ
w	-	หว	ว
s	-	ศ ษ ส	ซ
h	-	ห	ฮ
不發音	อ	-	-

20個使用母音ใ-的字

131

單字	發音	中文
ใจ	jai	心
ใบ้	bhai、	啞的
ใด	dhai	何
ใส	sai ˊ	清澈的
ใช่	chai、	是的
ใย	yai	絲線
ใหม่	mai ˇ	新的
ใหญ่	yai ˇ	大的
ใน	nai	在～之內
ใฝ่	fai ˇ	喜好、嚮往

單字	發音	中文
ใบ	bhai	葉子
ใต้	dai、	在～之下；南
ให้	hai、	給
ใส่	sai ˇ	穿
ใช้	chai~	使用
ใคร	krai	誰
ใคร่	krai、	要；欲
ใกล้	glai、	近的
หลงใหล	long ˊ lai ˊ	沈迷；沈醉
สะใภ้	sa ˇ pai~	女性的姻親

變形母音表

原 母音寫法原型
變 母音寫法變型

泰語裡有 8 個母音，若後方沒有尾音的話，採用原形的寫法；
若有尾音，要用變形的寫法，變形後的寫法請參考下方表格。

	母音	發音	子音 + 母音	尾音	例字
1	原 -ะ	a	ก + -ะ (g a)	-	กะ (ga ˇ) 和
	變 -ั			น (n)	กัน (gan) 互相
2	原 เ-ะ	e	ต + เ-ะ (d e)	-	เตะ (de ˇ) 踢
	變 เ-็			ม (m)	เต็ม (dem) 滿
3	原 เ-าะ	ɔ	ล + เ-าะ (l ɔ)	-	เลาะ (lɔ~) 沿著
	變 -็อ			ค (k)	ล็อค (lɔk~) 鎖
4	原 โ-ะ	o	ต + โ-ะ (d o)	-	โต๊ะ (do~) 桌子
	變 省略			ก (k)	ตก (dok ˇ) 掉落
5	原 แ-ะ	ɛ	ข + แ-ะ (k ɛ)	-	แขะ (kɛ ˇ) （無字）
	變 แ-็			ง (ng)	แข็ง (kɛng ˊ) 硬的
6	原 เ-อ	ə̄	ล + เ-อ (l ə̄)	-	เลอ (lə̄) 卓越的
	變 เ-ิ（尾音非 ย）			ศ (s)	เลิศ (lə̄t ˋ) 優秀的
7	原 เ-อ	ə̄	ล + เ-อ (l ə̄)	-	เลอ (lə̄) 卓越的
	變 เ-ย（尾音 ย）	ə̄i		ย (i)	เลย (lə̄i) （加強語氣）
8	原 -ัว	ūa	บ + -ัว (bh ūa)	-	บัว (bhūa) 蓮
	變 -ว-			ม (m)	บวม (bhūam) 腫脹

常見特殊發音舉例

不發音字母

132

發音情況	泰文例字	發音&中文
沒有母音字母	ก็	gɔ、就、才、所以
ร 不發音	เกียรติ	gīat ˇ 尊重
ร 不發音	สมุทร	sa ˇ mut ˇ 海洋、大洋
-ริย 不發音	กษัตริย์	ga ˇ sat ˇ 皇帝
-ดร์ 不發音	นิรันดร์	ni~ran 永恆
-ฎร์ 不發音	สุราษฎร์ธานี	su ˇ rāt、tā nī 素叻塔尼（泰南地名）
-ตร์ 不發音	-ศาสตร์	sāt ˇ 表示「學科」的詞根

變音字母

發音情況	泰文例字	發音&中文
บ 變音成 บอ	-บดี	bhɔ̄ dhī 表示「上司」的詞根
ฑ 變音成 ด	บัณฑิต	bhan dhit ˇ（大學）學士
ห 不發音	พระพรหม	pra~prom 四面佛；梵天，梵摩
發短音但不寫 -็，不唸 ร	เพชร	pet~ 鑽石
มิ 變音成 ม	ภูมิใจ	pūm jai 自豪，以…感到自傲

มิ 變音成 ม	-ภูมิ	pūm 表示「地理」的詞根

特殊前引字

發音情況	泰文例字	發音 & 中文
ตำ 當前引字	ตำรวจ	dam rūat ˇ 警察
ป 當前引字	ปรอท	ba ˇ rɔ̄t ˇ 水銀、溫度計
ป 當前引字	ปลัด	ba ˇ lat ˇ 副手
ประ 當前引字	ประโยค	bra ˇ yōk ˇ 句子
ประ 當前引字	ประโยชน์	bra ˇ yōt ˇ 利益
สำ 當前引字	สำรวจ	sam ˊ rūat ˇ 問卷調查
สำ 當前引字	สำเร็จ	sam ˊ ret ˇ 成功
สิ ต 當前引字，要發音	สิริกิติ์	si ˇ ri ˇ git ˇ 拉瑪九世皇后的名字
ส 不是前引字	สมาธิ	sa ˇ mā ti~ 注意力
อ 當前引字	องุ่น	a ˇ ngun ˇ 葡萄
อ 當前引字	อร่อย	a ˇ rɔ̄i ˇ 好吃的

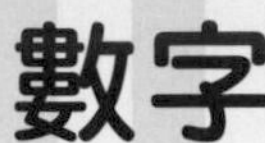

數字

133

數字	寫法	泰文	發音	字帖
0	๐	ศูนย์	sūn	
1	๑	หนึ่ง	nœngˇ	
2	๒	สอง	sɔ̄ngˊ	
3	๓	สาม	sāmˊ	
4	๔	สี่	sīˇ	
5	๕	ห้า	hāˋ	
6	๖	หก	hokˇ	
7	๗	เจ็ด	jetˇ	
8	๘	แปด	bɛ̄tˇ	
9	๙	เก้า	gaoˋ	

常用量詞

常用量詞

134

常用量詞		問：多少～？	答：1～。
統稱 （個）	อัน an	กี่อัน gī ˇ an	๑อัน nœng ˇ an
次數	ครั้ง/ที krang～/ tī	กี่ครั้ง/ที gī ˇ krang～/ tī	๑ครั้ง/ที nœng ˇ krang～ / tī

人・動物

人・動物		問：多少～？	答：1～。
人	คน kon	กี่คน gī ˇ kon	๑คน nœng ˇ kon
國王	องค์ ong	กี่องค์ gī ˇ ong	๑องค์ nœng ˇ ong
動物	ตัว dūa	กี่ตัว gī ˇ dūa	๑ตัว nœng ˇ dūa
大象	เชือก chœ̄ak ˋ	กี่เชือก gī ˇ chœ̄ak ˋ	๑เชือก nœng ˇ chœ̄ak ˋ

機器・物品

機器・物品		問：多少～？	答：1～。
車、傘	คัน kan	กี่คัน gī ˇ kan	๑คัน nœng ˇ kan
飛機	ลำ lam	กี่ลำ gī ˇ lam	๑ลำ nœng ˇ lam
機器	เครื่อง krœ̄ang ˋ	กี่เครื่อง gī ˇ krœ̄ang ˋ	๑เครื่อง nœng ˇ krœ̄ang ˋ

細長的東西

細長的東西		問：多少～？	答：1～。
列車、火車 捷運、行列隊伍	ขบวน ka ˇ bhūan	กี่ขบวน gī ˇ ka ˇ bhūan	๑ขบวน nœng ˇ ka ˇ bhūan

河流、道路、公車路線、項鍊	สาย sāi ˊ	กี่สาย gī ˇ sāi ˊ	๑สาย nœng ˇ sāi ˊ
鉛筆	แท่ง tɛ̄ng ˋ	กี่แท่ง gī ˇ tɛ̄ng ˋ	๑แท่ง nœng ˇ tɛ̄ng ˋ
原子筆 鋼筆、長刀	ด้าม dhām ˋ	กี่ด้าม gī ˇ dhām ˋ	๑ด้าม nœng ˇ dhām ˋ
樹木、柱子	ต้น don ˋ	กี่ต้น gī ˇ don ˋ	๑ต้น nœng ˇ don ˋ
花、鑰匙 香(拜拜用的)	ดอก dhɔ̄k ˇ	กี่ดอก gī ˇ dhɔ̄k ˇ	๑ดอก nœng ˇ dhɔ̄k ˇ
莖、柄、梗 火柴	ก้าน gān ˋ	กี่ก้าน gī ˇ gān ˋ	๑ก้าน nœng ˇ gān ˋ

紙製品		問：多少～？	答：1～。
書、雜誌	เล่ม lēm ˋ	กี่เล่ม gī ˇ lēm ˋ	๑เล่ม nœng ˇ lēm ˋ
文件、報紙 信、期（雜誌）	ฉบับ cha ˇ bhap ˇ	กี่ฉบับ gī ˇ cha ˇ bhap ˇ	๑ฉบับ nœng ˇ cha ˇ bhap ˇ
扁而硬的東西 ＣＤ、紙	แผ่น pɛ̄n ˇ	กี่แผ่น gī ˇ pɛ̄n ˇ	๑แผ่น nœng ˇ pɛ̄n ˇ

食物相關		問：多少～？	答：1～。
以杯為單位 如：1杯飲料	แก้ว gɛ̄u ˋ	กี่แก้ว gī ˇ gɛ̄u ˋ	๑แก้ว nœng ˇ gɛ̄u ˋ
馬克杯、碗	ถ้วย tūei ˋ	กี่ถ้วย gī ˇ tūei ˋ	๑ถ้วย nœng ˇ tūei ˋ
瓶子	ขวด kūat ˇ	กี่ขวด gī ˇ kūat ˇ	๑ขวด nœng ˇ kūat ˇ

蛋	ฟอง fɔ̄ng	กี่ฟอง gī ˇ fɔ̄ng	๑ฟอง nœng ˇ fɔ̄ng

房子相關

問：多少～？ 答：1～。

商店	ร้าน rān～	กี่ร้าน gī ˇ rān～	๑ร้าน nœng ˇ rān～
地方、處所	แห่ง hɛ̄ng ˇ	กี่แห่ง gī ˇ hɛ̄ng ˇ	๑แห่ง nœng ˇ hɛ̄ng ˇ
床、樓房	หลัง lang ˊ	กี่หลัง gī ˇ lang ˊ	๑หลัง nœng ˇ lang ˊ
房間	ห้อง hɔ̄ng ˋ	กี่ห้อง gī ˇ hɔ̄ng ˋ	๑ห้อง nœng ˇ hɔ̄ng ˋ
門、窗 玻璃、鏡子	บาน bhān	กี่บาน gī ˇ bhān	๑บาน nœng ˇ bhān

傢俱・服飾

問：多少～？ 答：1～。

布、棉被、毛巾	ผืน pœ̄n ˊ	กี่ผืน gī ˇ pœ̄n ˊ	๑ผืน nœng ˇ pœ̄n ˊ
桌椅、衣服	ตัว dūa	กี่ตัว gī ˇ dūa	๑ตัว nœng ˇ dūa
票、葉子、行李、盤、杯子、枕頭、世界	ใบ bhai	กี่ใบ gī ˇ bhai	๑ใบ nœng ˇ bhai

成雙・成套・盒

問：多少～？ 答：1～。

成雙的物品 鞋、襪、手套、耳環、筷子	คู่ kū ˋ	กี่คู่ gī ˇ kū ˋ	๑คู่ nœng ˇ kū ˋ

成套的物品、套餐、套裝、CD	ชุด chut～	กี่ชุด gī ˇ chut～	๑ชุด nœng ˇ chut～
包裝物	ห่อ hɔ̄ ˇ	กี่ห่อ gī ˇ hɔ̄ ˇ	๑ห่อ nœng ˇ hɔ̄ ˇ
盒裝物、盒子	กล่อง glɔ̄ng ˇ	กี่กล่อง gī ˇ glɔ̄ng ˇ	๑กล่อง nœng ˇ glɔ̄ng ˇ

形狀		問：多少～？	答：1～。
堆	กอง gɔ̄ng	กี่กอง gī ˇ gɔ̄ng	๑กอง nœng ˇ gɔ̄ng
塊狀物、行李	ชิ้น chin～	กี่ชิ้น gī ˇ chin～	๑ชิ้น nœng ˇ chin～
球形物、水果、山	ลูก lūk ˋ	กี่ลูก gī ˇ lūk ˋ	๑ลูก nœng ˇ lūk ˋ
顆粒 如：藥丸、種籽	เม็ด met～	กี่เม็ด gī ˇ met～	๑เม็ด nœng ˇ met～

星星・眼睛・心		問：多少～？	答：1～。
星辰、心、眼睛	ดวง dhūang	กี่ดวง gī ˇ dhūang	๑ดวง nœng ˇ dhūang

戲劇・電影・小說		問：多少～？	答：1～。
戲劇、電影、小說	เรื่อง rœ̄ang ˋ	กี่เรื่อง gī ˇ rœ̄ang ˋ	๑เรื่อง nœng ˇ rœ̄ang ˋ

份量・座位		問：多少～？	答：1～。
份量、座位	ที่ tī ˋ	กี่ที่ gī ˇ tī ˋ	๑ที่ nœng ˇ tī ˋ

月份、星期、節日

熱季　涼季　雨季　注意！寫法跟唸法不同。　135

月份	泰文寫法	泰文唸法	發音
1 月	มกราคม	มก-กะ-รา-คม	mok~ga ˇ rā kom
2 月	กุมภาพันธ์	กุม-พา-พัน	gum pā pan
3 月	มีนาคม	มี-นา-คม	mī nā kom
4 月	เมษายน	เม-สา-ยน	mē sā ˊ yon
5 月	พฤษภาคม	พรึด-สะ-พา-คม	prœt~ sa ˇ pā kom
6 月	มิถุนายน	มิ-ถุ-นา-ยน	mi~ tu ˇ nā yon
7 月	กรกฎาคม	กะ-ระ-กะ-ดา-คม	ga ˇ ra~ ga ˇ dhā kom
8 月	สิงหาคม	สิง-หา-คม	sing ˊ hā ˊ kom
9 月	กันยายน	กัน-ยา-ยน	gan yā yon
10月	ตุลาคม	ตุ-ลา-คม	du ˇ lā kom
11月	พฤศจิกายน	พรึด-สะ-จิ-กา-ยน	prœt~ sa ˇ ji ˇ gā yon
12月	ธันวาคม	ทัน-วา-คม	tan wā kom

อากาศร้อน~

●熱季的潑水節

泰國屬於熱帶季風氣候，平均氣溫約28度。他們的季節分別是熱季三～六月、雨季七～十月、涼季十一月到翌年二月。熱季平均氣溫為32～38度，而雨季的降雨量佔全年的85%，涼季則是最適合前往泰國遊玩的時候，平均氣溫19～26度，十分宜人。

星期

星期日
วันอาทิตย์
wan ā tit~

星期一
วันจันทร์
wan jan

星期二
วันอังคาร
wan ang kān

星期三
วันพุธ
wan put~

星期四
วันพฤหัสบดี
wan pa~ rœ~ hat ˇ
sa ˇ bhō dhī

星期五
วันศุกร์
wan suk ˇ

星期六
วันเสาร์
wan sao ˊ

泰國每個星期都有不同的代表色和守護佛，例如，如果你是星期一出生的人，那就是拿黃色的香拜星期一的佛。

注意！寫法跟唸法不同，紅色泰文字為寫法，黑色泰文字為唸法。

節日

元旦（1.1）
วันขึ้นปีใหม่
วัน-ขึ้น-ปี-ใหม่
wan kœn ˋ bī mai ˇ

兒童節（1月第二個星期六）
วันเด็ก
วัน-เด็ก
wan dhek ˇ

教師節（1.16）
วันครู
วัน-ครู
wan krū

中國農曆年
ตรุษจีน
ตรุด-จีน
drut ˇ jīn

萬佛節（3.15陰曆）
วันมาฆบูชา
วัน-มา-คะ-บู-ชา
wan mā ka~ bhū chā

開國紀念日（4.6）
วันมหาจักรี
วัน-มะ-หา-จัก-กรี
wan ma~ hā ˊ jak ˇ grī

潑水節（宋干節）(4.13)

วันสงกรานต์

วัน-สง-กราน
wan song ⸍ grān

國王登基紀念日 (5.5)

วันฉัตรมงคล

วัน-ฉัด-ตระ-มง-คน
wan chat ˅ dra ˅ mong kon

春耕節 (5月中旬吉日)

วันพืชมงคล

วัน-พืด-ชะ-มง-คน
wan pœ̄t ˋ cha~ mong kon

佛誕節(6.15陰曆)

วันวิสาขบูชา

วัน-วิ-สา-ขะ-บู-ชา
wan wi~ sā ⸍ ka ˅ bhū chā

三寶佛節 (8.15陰曆)

วันอาสาฬหบูชา

วัน-อา-สาน-ละ-หะ-บู-ชา
wan ā sān ⸍ la~ ha ˅ bhū chā

守夏節 (8.16陰曆)

วันเข้าพรรษา

วัน-เข้า-พัน-สา
wan kao ˋ pan sā ⸍

母親節 (8.12)

วันแม่

วัน-แม่
wan mɛ̄ ˋ

五世皇紀念日 (10.23)

วันปิยมหาราช

วัน-ปิ-ยะ-มะ-หา-ราด
wan bi ˅ ya~ ma~ hā ⸍ rāt ˋ

水燈節 (12.15陰曆)

วันลอยกระทง

วัน-ลอย-กระ-ทง
wan lɔ̄i gra ˅ tong

父親節 / 國慶日 (12.5)

วันพ่อ / วันชาติ

วัน-พ่อ / วัน-ชาด
wan pɔ̄ ˋ / wan chāt ˋ

憲法紀念日(12.10)

วันรัฐธรรมนูญ

วัน-รัด-ทะ-ทำ-มะ-นูน
wan rat~ ta~ tam ma~ nūn

曼谷市中心區主要捷運站名及唸法

Bangkok Mass Transit System

高架電車 蘇坤蔚線 BTS Sukhumvit Line p.304
高架電車 席隆線 BTS Silom Line p.306
MRT地鐵線 Bangkok Metro p.307
機場線 Airport Rail Link p.309

136

N8 蒙奇 หมอชิต
N7 水牛橋 สะพานควาย
N5 阿黎 อารีย์
N4 靶場 สนามเป้า
N3 勝利紀念碑 อนุสาวรีย์ชัยสมรภูมิ
N2 帕亞泰 พญาไท
N1 拉差泰威 ราชเทวี
CEN Cen 暹羅 สยาม
E1 奇隆 ชิดลม
E2 波冷集 เพลินจิต
E3 那那 นานา
E4 阿索 อโศก
E5 澎蓬 พร้อมพงษ์
E6 通羅 ทองหล่อ
E7 伊卡邁 เอกมัย
E8 帕卡儂 พระโขนง
E9 安努 อ่อนนุช
E10 邦乍 บางจาก
E11 奔那威堤 ปุณณวิถี
E12 烏東蘇 อุดมสุข
E13 邦納 บางนา
E14 貝林 แบริ่ง
W1 國立體育館 สนามกีฬาแห่งชาติ
S1 拉差當黎 ราชดำริ
S2 薩拉登 ศาลาแดง
S3 崇儂西 ช่องนนทรี
S5 蘇拉沙 สุรศักดิ์
S6 鄭信橋 สะพานตากสิน
S7 吞武里 กรุงธนบุรี
S8 大圓環 วงเวียนใหญ่
S9 菩尼蜜 โพธิ์นิมิตร
S10 福祿市場 ตลาดพลู
S11 烏塔嘎 วุฒากาศ
S12 邦瓦 บางหว้า

乍都乍公園 สวนจตุจักร
帕宏優廷 พหลโยธิน
叻抛 ลาดพร้าว
拉差達碧色 รัชดาภิเษก
蘇堤山 สุทธิสาร
匯匡 ห้วยขวาง
泰國文化中心 ศูนย์วัฒนธรรมแห่งประเทศไทย
拉瑪九世 พระราม9
邦實 บางซื่อ
甘烹碧 กำแพงเพชร
拉差巴洛 ราชปรารภ
馬卡山 มักกะสัน
碧差汶里 เพชรบุรี
蘇坤威 สุขุมวิท
詩麗吉國際會議中心 ศูนย์การประชุมแห่งชาติสิริกิติ์
克隆德伊 คลองเตย
倫披尼 ลุมพินี
席隆 สีลม
山燕 สามย่าน
華藍蓬火車站 หัวลำโพง
藍甘亨 รามคำแหง
華瑪 หัวหมาก
班塔目 บ้านทับช้าง
臘葛邦 ลาดกระบัง
蘇汪納蓬 สุวรรณภูมิ

高架電車 蘇坤蔚線
รถไฟฟ้าบีทีเอส สายสุขุมวิท

站號	中文	ภาษาไทย	發音
N8	蒙奇	หมอชิต	หมอ-ชิต mɔ̄ ˊ chit~
N7	水牛橋	สะพานควาย	สะ-พาน-ควาย sa ˇ pān kwāi
N5	阿黎	อารีย์	อา-รี ā rī
N3	靶場	สนามเป้า	สะ-หนาม-เป้า sa ˇ nām ˊ bao ˋ
N4	勝利紀念碑	อนุสาวรีย์ชัยสมรภูมิ	อะ-นุ-สา-วะ-รี-ไช-สะ-หมอ-ระ-พูม a ˇ nu~sā ˊ wa~ rī chai sa ˇ mɔ̄ ˊ ra~pūm
N2	帕亞泰	พญาไท	พะ-ยา-ไท pa~yā tai
N1	拉差泰威	ราชเทวี	ราด-ชะ-เท-วี rāt ˋ cha~ tē wī
Cen	暹羅	สยาม	สะ-หยาม sa ˇ yām ˊ
E1	奇隆	ชิดลม	ชิด-ลม chit~ lom
E2	波冷集	เพลินจิต	เพลิน-จิด plən jit ˇ
E3	那那	นานา	นา-นา nā nā

E4	阿索	อโศก	อะ-โสก a ˇ sōk ˇ
E5	澎蓬	พร้อมพงษ์	พร้อม-พง prɔ̄m~ pong
E6	通羅	ทองหล่อ	ทอง-หล่อ tɔ̄ng lɔ̄ ˇ
E7	伊卡邁	เอกมัย	เอก-กะ-ไม ēk ˇ ga ˇ mai
E8	帕卡儂	พระโขนง	พระ-ขะ-โหนง pra~ ka ˇ nōng ˊ
E9	安努	อ่อนนุช	อ่อน-นุด ɔ̄n ˇ nut~
E10	邦乍	บางจาก	บาง-จาก bhāng jāk ˇ
E11	奔那威堤	ปุณณวิถี	ปุน-นะ-วิ-ถี bun na~ wi~ tī ˊ
E12	烏東蘇	อุดมสุข	อุ-ดม-สุก u ˇ dhom suk ˇ
E13	邦納	บางนา	บาง-นา bhāng nā
E14	貝林	แบริ่ง	แบ-ริ่ง bhē ring ˋ

兔子卡就像是台灣的悠遊卡，不僅能搭乘交通工具在部分商店也可用它來付費，十分的方便。但目前兔子卡只能用於BTS(空鐵)和BRT(快捷公車)系統，欲搭乘MRT(地鐵)必須另外買票。

●橘：一般卡 ●綠：學生卡 ●紫：敬老卡

高架電車 席隆線
รถไฟฟ้าบีทีเอส สายสีลม

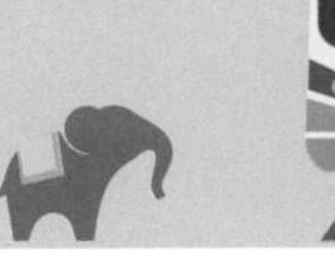

站	中文	泰文	拼讀
W1	國立體育館	สนามกีฬาแห่งชาติ	สะ-หนาม-กี-ลา แห่ง-ชาด sa ˇ nām ˊ gī lā hɛ̄ng ˇ chāt ˋ
Cen	暹邏	สยาม	สะ-หยาม sa ˇ yām ˊ
S1	拉差當黎	ราชดำริ	ราด-ชะ-ดำ-หริ rāt ˋ cha~ dham rī ˇ
S2	薩拉登	ศาลาแดง	สา-ลา-แดง sā ˊ lā dhɛ̄ng
S3	崇儂西	ช่องนนทรี	ช่อง-นน-ซี chɔ̄ng ˋ non sī
S5	蘇拉沙	สุรศักดิ์	สุ-ระ-สัก su ˇ ra~ sak ˇ
S6	鄭信橋	สะพานตากสิน	สะ-พาน-ตาก-สิน sa ˇ pān dāk ˇ sin ˊ
S7	吞武里	กรุงธนบุรี	กรุง-ทน-บุ-รี grung ton bhu ˇ rī
S8	大圓環	วงเวียนใหญ่	วง-เวียน-ไหย่ wong wīan yai ˇ
S9	菩尼蜜	โพธิ์นิมิตร	โพ-นิ-มิด pō ni~ mit~
S10	福祿市場	ตลาดพลู	ตะ-หลาด-พลู da ˇ lāt ˇ plū

烏塔嘎	วุฒากาศ	วุด-ทา-กาด wut~ tā gāt ˇ
邦瓦	บางหว้า	บาง-ว่า bhāng wā ˋ

MRT地鐵線
รถไฟฟ้ามหานคร

邦實	บางซื่อ	บาง-ซื่อ bhāng sœ̄ ˋ
甘烹碧	กำแพงเพชร	กำ-แพง-เพ็ด gam pɛ̄ng pet~
乍都乍公園	สวนจตุจักร	สวน-จะ-ตุ-จัก sūan ˊ ja ˇ du ˇ jak ˇ
帕宏優廷	พหลโยธิน	พะ-หน-โย-ทิน pa~ hon ˊ yō tin
叻拋	ลาดพร้าว	ลาด-พร้าว lāt ˋ prāo~
拉差達碧色	รัชดาภิเษก	รัด-ชะ-ดา-พิ-เสก rat~ cha~ dhā pi~ sēk ˇ
蘇堤山	สุทธิสาร	สุด-ทิ-สาน sut ˇ ti~ sān ˊ
匯匡	ห้วยขวาง	ห้วย-ขวาง hūei ˋ kwāng ˊ

M	泰國 文化中心	ศูนย์ วัฒนธรรม แห่ง ประเทศไทย	สูน-วัด-ทะ-นะ-ทัม- แห่ง-ประ-เทด-ไท sūn ˊ wat~ ta~ na~ tam hēng ˇ bra ˇ tēt ˋ tai
M	拉瑪九世	พระราม 9	พระ-ราม-เก้า pra~rām gao ˋ
M	碧差汶里	เพชรบุรี	เพ็ด-ชะ-บุ-รี pet~ cha~ bhu ˇ rī
M	蘇坤威	สุขุมวิท	สุ-ขุม-วิด su ˇ kum ˊ wit~
M	詩麗吉國際 會議中心	ศูนย์การ ประชุมแห่ง ชาติสิริกิติ์	สูน-กาน-ประ-ชุม- แห่ง-ชาด-สิ-หริ-กิด sūn ˊ gān bra ˇ chum hēng ˇ chāt ˋ si ˇ ri ˇ git ˇ
M	克隆德伊	คลองเตย	คลอง-เตย klɔ̄ng dāi
M	倫披尼	ลุมพินี	ลุม-พิ-นี lum pi~ nī
M	席隆	สีลม	สี-ลม sī ˊ lom
M	山燕	สามย่าน	สาม-ย่าน sām ˊ yān ˋ
M	華藍蓬 火車站	หัวลำโพง	หัว-ลำ-โพง hūa ˊ lam pōng

機場線
แอร์พอร์ตลิงค์

站號	中文	泰文	發音
A8	帕亞泰 Ⓢ	พญาไท	พะ-ยา-ไท pa~ yā tai
A7	拉差巴洛	ราชปรารภ	ราด-ชะ-ปรา-รบ rāt ˋ cha~ brā rop~
A6	馬卡山 Ⓜ	มักกะสัน	มัก-กะ-สัน mak~ ga ˇ san ˊ
A5	藍甘亨	รามคำแหง	ราม-คำ-แหง rām kam hēng ˊ
A4	華瑪	หัวหมาก	หัว-หมาก hūa ˊ māk ˇ
A3	班塔昌	บ้านทับช้าง	บ้าน-ทับ-ช้าง bhān ˋ tap~ chāng~
A2	臘葛邦	ลาดกระบัง	ลาด-กระ-บัง lāt ˋ gra ˇ bhang
A1	蘇汪納蓬	สุวรรณภูมิ	สุ-วัน-นะ-พูม su ˇ wan na~ pūm

索引

●數字

●顏色

●家族

●身體

●食物

●水果

●味道

●動物

以下依照泰文子音順序排列，
圓點標記為衍生詞或例句。

ก

ฉ

ช

ซ

ญ

ฐ

ฒ

ด

ต

ถ

ท

ธ

น

บ

ป

ผ

ฝ

พ

ฟ

ภ

ม

ย

ร

ฤ

ฤๅ

ล

ว

ห

อ

ฮ

1

作者

黃則揚 Erik Huang

泰語補習班教師

畢業於文化大學新聞系，曾於中華航空桃園國際機場地勤服務 15 年，任職期間因廣泛接觸世界各國旅客，加上對語言的興趣繼而開始學習泰文。學習泰文已10餘年，也曾經接觸過日文、德文、緬甸文等語言。

目前於目的達泰語教室擔任泰文拼字及閱讀的講師，擁有豐富的教學經驗，並歸納出適合台灣學習者的泰語教學方式。

教授泰語之餘，持續不斷地於個人網站推廣分享泰文文法、俗語、歌詞、戲劇等泰國文化。

經歷：

2007-2009, 2012至今
目的達泰語教室教授泰文字母拼音及基礎閱讀

2010, 2012年
民政局委託內湖區公所辦理教授泰文字母拼音

2009年
國合會教授將赴泰北的志工泰文字母及拼音

個人網站 http://erikkk.pixnet.net

อักษรไทย ฟัง·พูด·เขียน [QR Code版]

把泰語老師帶回家

泰文字母 聽·說·寫

31堂課看懂泰文說泰語！

著者　黃則揚 Erik Huang
總編輯　洪季楨
編輯　徐一巧
插畫　翁嘉羚
封面設計　徐一巧・王舒玗
內頁設計　徐一巧
內頁排版　菩薩蠻數位文化
製作協力　目的達泰語教室
照片提供　Erik Huang

劃撥帳戶　八方出版股份有限公司
劃撥帳號　19809050
定價　380元

著作完成日　2006年10月31日
2024年10月11日　四版第五刷

泰文字母聽.說.寫：把泰語老師帶回家,
31堂課讓你看懂泰文說泰語!/黃則揚著.
-- 四版. -- 臺北市：笛藤, 2022.01
面；　公分
ISBN 978-957-710-844-9(平裝)
1.CST: 泰語 2.CST: 讀本
803.758　　111000340

發行人　林建仲
發行所　八方出版股份有限公司
地址　新北市新店區寶橋路235巷6弄6號4樓
電話　(02)2777-3682
傳真　(02)2777-3672
總經銷　聯合發行股份有限公司
地址　新北市新店區寶橋路235巷6弄6號2樓
電話　(02)2917-8022・(02)2917-8042
製版廠　造極色彩印刷製版股份有限公司
地址　新北市中和區中山路二段380巷7號1樓
電話　(02)2240-0333・(02)2248-3904
印刷廠　皇甫彩藝印刷股份有限公司
地址　新北市中和區中正路988巷10號
電話　(02) 3234-5871